ਜਿਵੇਂ ਇੱਕ ਆਦਮੀ ਸੋਚਦਾ ਹੈ

ਜਿਵੇਂ ਇੱਕ ਆਦਮੀ ਸੋਚਦਾ ਹੈ

ਜੇਮਸ ਐਲਨ

SANAGE
PUBLISHING HOUSE

Paperback: 978-936205879-9
eBook: 978-936205567-5

Any references to historical events, real people, or real places are used fictitiously. Names, characters, and places are products of the author's imagination.

Printed by:

Sanage Publishing House LLP
Mumbai, India

sanagepublishing@gmail.com

ਮਸਤਿਸ਼ਕ ਦੀ ਸ਼ਕਤੀ ਹੀ ਸਿਰਜਨਾ ਕਰਦੀ ਹੈ,
ਅਤੇ ਮਨੁੱਖ ਹੀ ਮਸਤਿਸ਼ਕ ਹੈ,
ਜਿਸਦੇ ਹੱਥਾਂ ਵਿੱਚ ਹਮੇਸ਼ਾ ਹੀ ਵਿਚਾਰਾਂ ਦਾ ਔਜਾਰ ਰਹਿੰਦਾ ਹੈ,
ਜਿਸ ਨੂੰ ਉਹ ਨਿਰੰਤਰ ਸਿਰਜਨਾ ਲਈ ਵਰਤੋਂ ਵਿਚ ਲਿਆਉਂਦਾ ਹੈ।
ਜਿਸ ਕਾਰਨ ਉਹ ਹਜ਼ਾਰਾਂ ਖੁਸ਼ੀਆਂ ਦਾ ਮਾਲਿਕ ਹੋ ਜਾਂਦਾ ਹੈ,
ਅਤੇ ਅਣਗਿਣਤ ਦੁੱਖਾਂ ਨੂੰ ਵੀ ਜਨਮ ਦਿੰਦਾ ਹੈ।
ਜੇਮਸ ਐਲਨ ਕਹਿੰਦੇ ਹਨ:
"ਇਹ ਪ੍ਰਕਿਰਤੀ ਦਾ ਗੁਪਤ ਰਹੱਸ ਹੈ, ਪਰ ਕੱਚ ਵਾਂਗ ਇਕਦਮ ਸਾਫ਼।"

ਵਿਸ਼ਾ ਸੂਚੀ

ਪ੍ਰਸਤਾਵਨਾ

ਇਹ ਨਿੱਕੀ ਜਿਹੀ ਕਿਤਾਬ (ਧਿਆਨ ਅਤੇ ਅਨੁਭਵ ਦਾ ਸਿੱਟਾ ਹੈ) ਵਿਚਾਰਾਂ ਦੀ ਸ਼ਕਤੀ ਦੇ ਵਿਸ਼ੇ 'ਤੇ ਸਾਰੀਆਂ ਜਾਣਕਾਰੀਆਂ ਦੇਣ ਦਾ ਦਾਅਵਾ ਨਹੀਂ ਕਰਦੀ। ਇਹ ਵਿਚਾਰਾਂ ਨੂੰ ਜਗਾਉਂਦੀ ਹੈ, ਉਨ੍ਹਾਂ ਦੀ ਵਿਆਖਿਆ ਨਹੀਂ ਕਰਦੀ, ਇਸਦਾ ਕੇਵਲ ਇੱਕੋ ਹੀ ਉੱਦੇਸ਼ ਔਰਤਾਂ ਅਤੇ ਮਰਦਾਂ ਨੂੰ ਸੱਚ ਦੀ ਖੋਜ ਲਈ ਪ੍ਰੇਰਿਤ ਕਰਨਾ ਹੈ। ਅਸਲ ਵਿਚ,

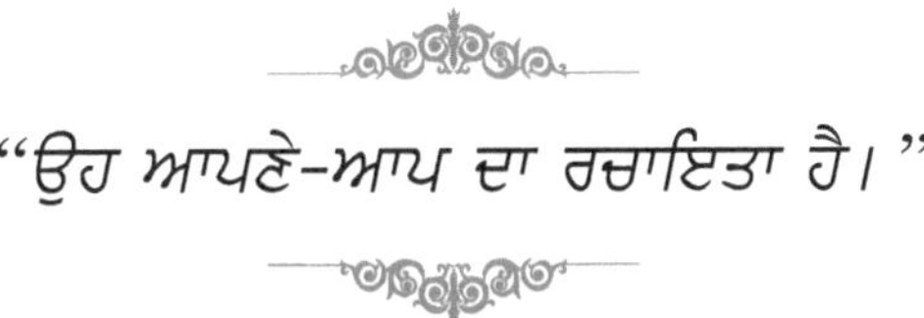

"ਉਹ ਆਪਣੇ-ਆਪ ਦਾ ਰਚਾਇਤਾ ਹੈ।"

ਵਿਚਾਰਾਂ ਦੇ ਆਧਾਰ 'ਤੇ ਅਸੀਂ ਚਰਿੱਤਰ ਅਤੇ ਹਾਲਾਤ ਨੂੰ ਹੱਲਾਂ-ਸ਼ੇਰੀ ਦਿੰਦੇ ਹਾਂ, ਚੁਣਦੇ ਹਾਂ ਅਤੇ ਬੁਣਦੇ ਹਾਂ। ਠੀਕ, ਉਸੇ ਤਰ੍ਹਾਂ ਜਿਵੇਂ ਇਕ ਮਾਹਿਰ ਬੁਣਕਰ ਕਪੜਿਆਂ ਨੂੰ ਬੁਣਦਾ ਹੈ। ਭਾਵੇਂ ਇੰਨਾਂ ਨੂੰ ਅਸੀਂ ਹੁਣ ਤੱਕ ਅਗਿਆਨਤਾ ਕਾਰਨ ਅਤੇ ਪੀੜਾ ਵਿਚ ਬੁਣਿਆ ਹੈ, ਪਰ ਹੁਣ ਇਸ ਨੂੰ ਗਿਆਨ ਅਤੇ ਖੁਸ਼ੀ ਨਾਲ ਬੁਣੋ। ਇਸ ਮਨੁੱਖੀ ਮਨ ਦੇ ਅੰਦਰ ਅਤੇ ਬਾਹਰ ਦੋਨਾਂ ਦੇ ਮਾਲਿਕ ਅਤੇ ਬੁਣਕਰ ਤੁਸੀਂ ਆਪ ਹੀ ਹੋ।

– ਜੇਮਸ ਐਲਨ
ਬ੍ਰੌਡਪਾਰਕ ਐਵਨਿਊ, ਇਲਫ੍ਰਾਕੌਂਬੇ, ਇੰਗਲੈਂਡ

1

ਵਿਚਾਰ ਅਤੇ ਚਰਿੱਤਰ

ਇਕ ਅਖਾਣ ਹੈ, "ਜਿਵੇਂ ਮਨੁੱਖ ਆਪਣੇ ਮਨ ਵਿਚ ਸੋਚਦਾ ਹੈ, ਉਹੋ ਜਿਹਾ ਹੀ ਉਹ ਬਣ ਜਾਂਦਾ ਹੈ," ਇਹ ਵਿਚਾਰ ਇੰਨਾ ਵਿਆਪਕ ਹੈ ਕਿ ਮਨੁੱਖ ਹੀ ਨਹੀਂ, ਬਲਕਿ ਮਨੁੱਖੀ ਜੀਵਨ ਦੀ ਹਰ ਸਥਿਤੀ ਅਤੇ ਹਰ ਇਕ ਪਰੀਸਥਿਤੀ ਨੂੰ ਆਪਣੇ ਅੰਦਰ ਸਮੇਟਿਆ ਹੋਇਆ ਹੈ। ਇਹ ਸੱਚ ਹੈ ਕਿ ਮਨੁੱਖ ਪੂਰਨ ਤੌਰ 'ਤੇ ਉਹੀ ਹੈ, ਜੋ ਉਹ ਸੋਚਦਾ ਹੈ ਅਤੇ ਉਸਦਾ ਚਰਿੱਤਰ ਉਸਦੇ ਵਿਚਾਰਾਂ ਦਾ ਹੀ ਕੁੱਲ ਜਮ੍ਹਾ ਖਾਤਾ ਹੈ।

ਜਿਸ ਤਰ੍ਹਾਂ ਧਰਤੀ ਦੀ ਡੂੰਘੀਆਂ ਪਰਤਾਂ ਦੇ ਹੇਠਾਂ ਲੁਕਿਆ ਹੋਇਆ ਕੋਈ ਬੀਜ, ਪੁੰਗਰੇ ਬਿਨਾਂ ਬਾਹਰ ਨਹੀਂ ਆ ਸਕਦਾ। ਉਸੇ ਤਰ੍ਹਾਂ ਵਿਅਕਤੀ ਦਾ ਹਰ ਇਕ ਕੰਮ ਉਸਦੇ ਵਿਚਾਰਾਂ ਦਾ ਸਿੱਟਾ ਹੈ, ਜੋ ਕਿ ਠੀਕ ਬੀਜ ਵਿਚ ਅਦਿੱਖ ਪ੍ਰਭਾਵ ਵਾਂਗ ਹੈ। ਵਿਚਾਰ; ਅਦਿੱਖ ਹੋਣ ਜਾਂ ਸਪੱਸ਼ਟ ਤੌਰ 'ਤੇ ਦਿਖਣ ਵਾਲੇ, ਇੰਨਾਂ ਵਿਚਾਰਾਂ ਦੇ ਬਗ਼ੈਰ ਕਿਸੇ ਵੀ ਕੰਮ ਦੀ ਕਲਪਨਾ ਨਹੀਂ ਕੀਤੀ ਜਾ ਸਕਦੀ ਹੈ। ਇਹ ਗੱਲ ਸਪੱਸ਼ਟ ਤੌਰ 'ਤੇ ਹਰ ਤਰ੍ਹਾਂ ਦੇ ਕੰਮਾਂ 'ਤੇ ਸਮਾਨਤਾ ਨਾਲ ਲਾਗੂ ਹੁੰਦੀ ਹੈ, ਭਾਵੇਂ ਉਨ੍ਹਾਂ ਨੂੰ ਕਿੰਨਾ ਹੀ ਫੁਰਤੀ ਨਾਲ, ਅਪਰਤੱਖ ਜਾਂ ਬਿਨਾਂ ਸੋਚੇ ਹੋਏ ਕੀਤਾ ਜਾਵੇ ਜਾਂ ਸਿਆਣਪ ਨਾਲ ਕੀਤਾ ਹੋਇਆ ਮੰਨਿਆ ਜਾਵੇ।

ਕਾਰਜ, ਵਿਚਾਰਾਂ ਨਾਲ ਫੱਲਦਾ-ਫੁੱਲਦਾ ਹੈ। ਸੁੱਖ ਅਤੇ ਦੁੱਖ ਇਸਦੇ ਫੱਲ

ਹਨ। ਵਿਅਕਤੀ ਬਾਗ ਦੇ ਮਾਲਿਕ ਵਾਂਗ ਹੈ, ਜੋ ਆਪਣੇ ਬਗੀਚੇ ਵਿੱਚ ਮਿੱਠੇ ਅਤੇ ਕੌੜੇ ਫ਼ਲ ਆਪ ਹੀ ਲਾਉਂਦਾ ਹੈ।

"ਮਨ ਵਿੱਚ ਉਤਪੰਨ ਹੋਏ ਵਿਚਾਰਾਂ ਨੇ ਹੀ ਸਾਡੀ ਸਿਰਜਨਾ ਕੀਤੀ ਹੈ। ਅਸੀਂ ਅੱਜ ਜੋ ਕੁੱਝ ਵੀ ਹਾਂ, ਇਨ੍ਹਾਂ ਵਿਚਾਰਾਂ ਦਾ ਸਿੱਟਾ ਹਾਂ, ਜੇਕਰ ਵਿਅਕਤੀ ਦੇ ਮਨ ਵਿਚ ਗਲਤ ਵਿਚਾਰ ਪੈਦਾ ਹੁੰਦੇ ਹਨ, ਤਾਂ ਦੁੱਖ ਉਨ੍ਹਾਂ ਦੇ ਪਿੱਛੇ-ਪਿੱਛੇ ਉਸ ਤਰ੍ਹਾਂ ਹੀ ਚੱਲੇਗਾ ਜਿਵੇਂ ਕਿਸੇ ਬੈਲਗੱਡੀ ਵਿਚ ਜੋਤੇ ਹੋਏ ਬਲਦਾਂ ਦੇ ਪਿੱਛੇ ਪਹੀਆ।"

ਮਨੁੱਖ ਹੀ ਆਪਣੇ-ਆਪ ਨੂੰ ਮਿਟਾਉਂਦਾ
ਅਤੇ ਬਣਾਉਂਦਾ ਹੈ।

"ਨਿਸ਼ਚਤ ਜਾਣੋ, ਜੇਕਰ ਕਿਸੇ ਮਨੁੱਖ ਦੇ ਵਿਚਾਰ ਪਵਿੱਤਰ ਹਨ ਅਤੇ ਉਸ ਵਿਚ ਸਹਿਣਸ਼ਕਤੀ ਹੈ, ਤਾਂ ਯਕੀਨਨ ਸੁੱਖ ਉਸ ਦੇ ਪਿੱਛੇ-ਪਿੱਛੇ ਠੀਕ ਉਸੇ ਤਰ੍ਹਾਂ ਹੀ ਚੱਲਦੇ ਹੋਏ ਆਵੇਗਾ ਜਿਵੇਂ ਕਿ ਉਸਦਾ ਪਰਛਾਵਾਂ......।"

ਮਨੁੱਖੀ ਜੀਵਨ ਕੁਦਰਤੀ ਨਿਯਮਾਂ ਅਨੁਸਾਰ ਵਿਕਾਸ ਕਰਦਾ ਹੈ ਨਾ ਕਿ ਕਿਸੇ ਵਾਸਤੁਕਾਰ ਦੀ ਵਾਸਤੂ ਕਲਾ ਵਾਂਗ। ਵਿਚਾਰਾਂ ਦੇ ਅੰਦਰ ਹੀ 'ਕਾਰਣ' ਅਤੇ 'ਸਿੱਟੇ' ਲੁੱਕੇ ਹੋਏ ਹਨ। ਇਹ ਵਿਚਾਰਾਂ ਦੀ ਦੁਨੀਆਂ ਵਿਚ ਹੀ ਉਹਨੇ ਹੀ ਅਡੋਲ, ਸਟੀਕ ਅਤੇ ਨਾ-ਬਦਲਣਯੋਗ ਹਨ ਜਿਨੇ ਕਿ ਇਸ ਪਰਤੱਖ ਭੌਤਿਕ ਸੰਸਾਰ ਵਿਚ। ਇਕ ਮਹਾਨ ਵਿਅਕਤੀਤਵ ਅਤੇ ਦੇਵਤਾ ਵਰਗੇ ਚਰਿੱਤਰ ਦਾ ਨਿਰਮਾਣ ਸੰਜੋਗ ਨਾਲ ਜਾਂ ਕਿਸਮਤ ਨਾਲ ਨਹੀਂ ਹੁੰਦਾ, ਬਲਕਿ ਇਹ ਲੰਮੇ ਸਮੇਂ ਤੱਕ ਸਹੀ ਦਿਸ਼ਾ ਵਿਚ ਲਗਾਤਾਰ ਉੱਤਮ ਵਿਚਾਰਾਂ ਨੂੰ ਦਿੱਤੀ ਗਈ ਖ਼ੁਰਾਕ ਦਾ ਸਿੱਟਾ ਹੈ। ਇਸੇ ਤਰ੍ਹਾਂ ਨੀਚ ਅਤੇ ਦੁਸ਼ਟ ਚਰਿੱਤਰ ਦਾ ਹੋਣਾ ਵੀ ਮਸਤਿਸ਼ਕ ਵਿਚ ਨਿਰੰਤਰ ਗੰਦੇ ਅਤੇ ਨੀਚ ਵਿਚਾਰਾਂ ਨੂੰ ਥਾਂ ਦੇਣ ਦਾ ਸਿੱਟਾ ਹੈ।

ਮਨੁੱਖ ਹੀ ਆਪਣੇ-ਆਪ ਨੂੰ ਬਣਾਉਂਦਾ ਜਾਂ ਮਿਟਾਉਂਦਾ ਹੈ। ਵਿਚਾਰਾਂ ਦੇ ਕਾਰਖ਼ਾਨੇ ਵਿਚ ਉਹ ਇਹੋ ਜਿਹੇ ਹਥੀਆਰ ਬਣਾ ਸਕਦਾ ਹੈ, ਜਿਹੜੇ ਉਸ

ਨੂੰ ਨਸ਼ਟ ਕਰ ਦੇਣ ਜਾਂ ਇਹੋ ਜਿਹੇ ਸੰਦ ਬਣਾ ਸਕਦਾ ਹੈ, ਜਿਨ੍ਹਾਂ ਨਾਲ ਉਹ ਆਪਣੇ ਰਹਿਣ ਲਈ ਸੁਰਗ ਵਰਗੀਂ ਆਨੰਦਮਈ ਅਤੇ ਸ਼ਾਂਤੀ ਨਾਲ ਭਰਪੂਰ ਮਹਿਲ ਨੂੰ ਨਿਰਮਿਤ ਕਰ ਸਕੇ।

ਮਨੁੱਖ ਹੀ ਆਪਣੇ ਵਿਚਾਰਾਂ ਦਾ ਮਾਲਿਕ ਹੈ,
ਉਹ ਖ਼ੁਦ ਹੀ ਚਰਿੱਤਰ ਨੂੰ ਨੀਅਤ ਸਾਂਚੇ ਵਿਚ ਢਾਲਣ ਵਾਲਾ ਹ
ਅਤੇ ਆਪਣੀ ਹਰ ਸਥਿਤੀ, ਮਾਹੌਲ ਅਤੇ
ਨਸੀਬ ਨੂੰ ਬਨਾਉਣ ਵਾਲਾ ਆਪ ਹੀ ਹੈ।

ਮਨੁੱਖ ਜੇ ਸਹੀ ਵਿਚਾਰ ਚੁਣਦਾ ਹੈ ਅਤੇ ਉਸ ਨੂੰ ਸਹੀ ਤਰੀਕੇ ਨਾਲ ਅਮਲ ਵਿਚ ਲਿਆਉਂਦਾ ਹੈ ਤਾਂ ਉਹ ਮਨੁੱਖ ਦੇਵਤਿਆਂ ਵਰਗੀਂ ਪੂਰਨਤਾ ਨੂੰ ਪ੍ਰਾਪਤ ਕਰ ਸਕਦਾ ਹੈ।ਠੀਕ ਇਸ ਦੇ ਉਲਟ ਜੇਕਰ ਮਨੁੱਖ ਗ਼ਲਤ ਵਿਚਾਰ ਨੂੰ ਚੁਣਦਾ ਹੈ ਅਤੇ ਗ਼ਲਤ ਤਰੀਕਿਆਂ ਨਾਲ ਉਨ੍ਹਾਂ ਦੀ ਵਰਤੋਂ ਕਰਦਾ ਹੈ ਤਾਂ ਉਹ ਪਸ਼ੂਆਂ ਦੇ ਪੱਧਰ ਤੋਂ ਵੀ ਹੇਠਾਂ ਡਿੱਗ ਸਕਦਾ ਹੈ।ਮਨੁੱਖ ਦੇ ਸਾਰੇ ਚਰਿੱਤਰ, ਸਾਰੇ ਕਾਰਜ ਇਹਨਾਂ ਦੋ ਬਿੰਦੂਆਂ ਦੇ ਵਿਚਕਾਰ ਹੀ ਹੁੰਦਾ ਹੈ। ਉਹ ਆਪਣੇ-ਆਪ ਨੂੰ ਹੀ ਆਪਣੇ ਚਰਿੱਤਰ ਨੂੰ ਘੜਨ ਵਾਲਾ ਅਤੇ ਉਸ ਦਾ ਮਾਲਿਕ ਹੈ।

ਅਜੋਕੇ ਸਮੇਂ ਵਿਚ ਬਹੁਤੇ ਪੁਰਾਣੇ ਅਤੇ ਸੋਹਣੀਆਂ ਸੱਚਾਈਆਂ ਨੂੰ ਸੁਰੱਖਿਅਤ ਕਰ ਉਜਾਲੇ ਵਿਚ ਲਿਆਇਆ ਗਿਆ ਹੈ, ਪਰ, ਉਨ੍ਹਾਂ ਵਿਚੋਂ ਕੋਈ ਵੀ ਇੰਨਾ ਆਨੰਦਮਈ, ਅਤੇ ਲਾਹੇਵੰਦ ਨਹੀਂ ਹੈ, ਉਨ੍ਹਾਂ ਦੈਵੀ ਅਤੇ ਵਿਸ਼ਵਾਸ ਨੂੰ ਵਧਾਉਣ ਵਾਲਾ ਨਹੀਂ ਹੈ, ਜਿੰਨਾ ਇਹ ਤੱਥ ਹੈ ਕਿ ਮਨੁੱਖ ਆਪਣੇ ਵਿਚਾਰਾਂ ਦਾ ਮਾਲਿਕ ਹੈ, ਆਪਣੇ ਚਰਿੱਤਰ ਨੂੰ ਆਪੇ ਸਾਂਚੇ ਵਿਚ ਢਾਲਣ ਵਾਲਾ ਹੈ ਅਤੇ ਆਪ ਹੀ ਆਪਣੀਆਂ ਸਥਿਤੀਆਂ, ਵਾਤਾਵਰਣ ਅਤੇ ਨਸੀਬ ਦਾ ਨਿਰਮਾਤਾ ਹੈ।

ਸ਼ਕਤੀ, ਬੁੱਧੀ, ਪਿਆਰ ਅਤੇ ਵਿਚਾਰਾਂ ਦਾ ਮਾਲਿਕ ਹੋਣ ਦੇ ਕਾਰਣ ਮਨੁੱਖ ਦੇ ਹੱਥਾਂ ਵਿਚ ਹੀ ਉਹ ਕੁੰਜੀ ਹੈ, ਜਿਸ ਨਾਲ ਉਹ ਹਰ ਸਥਿਤੀ ਨੂੰ ਆਪਣੇ

ਨਿਯੰਤਰਣ ਵਿਚ ਲੈ ਸਕਦਾ ਹੈ, ਆਪਣਾ ਕਾਇਆਕਲਪ ਜਾ ਨਵੀਨੀਕਰਨ ਕਰ ਸਕਦਾ ਹੈ ਅਤੇ ਜੋ ਉਹ ਚਾਹੇ ਬਣ ਸਕਦਾ ਹੈ।

ਜੋ ਖੋਜ ਕਰਦਾ ਹੈ,
ਉਹ ਹੀ ਪ੍ਰਾਪਤ ਕਰਦਾ ਹੈ

ਮਨੁੱਖ ਹਮੇਸ਼ਾ ਮਾਲਿਕ ਹੀ ਹੁੰਦਾ ਹੈ, ਆਪਣੀ ਸਭ ਤੋਂ ਗਰੀਬੀ ਦੀ ਅਵਸਥਾ ਵਿਚ ਵੀ। ਪਰ, ਆਪਣੀ ਕਮਜ਼ੋਰੀ ਦੀ ਅਵਸਥਾ ਵਿਚ ਉਹ ਇਕ ਮੂਰਖ ਮਾਲਿਕ ਹੁੰਦਾ ਹੈ, ਜੋ ਆਪਣੀ ਗ੍ਰਿਹਸਥੀ ਦਾ ਮਾੜਾ ਸੰਚਾਲਨ ਕਰਦਾ ਹੈ।ਜਦੋਂ ਉਹ ਆਪਣੀ ਸਥਿਤੀ 'ਤੇ ਵਿਚਾਰ ਕਰਨ ਲੱਗਦਾ ਹੈ, ਅਤੇ ਉਹਨਾਂ ਨਿਯਮਾਂ ਦੀ ਤਲਾਸ਼ ਵਿਚ ਇਕੋਦਮ ਲੱਗ ਜਾਂਦਾ ਹੈ, ਜਿਹਨਾਂ ਨਾਲ ਉਸ ਦਾ ਨਿਰਮਾਣ ਹੋਇਆ ਹੈ, ਤਾਂ ਉਹ ਇਕ ਬੁੱਧੀਮਾਨ ਮਾਲਿਕ ਹੁੰਦਾ ਹੈ। ਉਦੋਂ ਉਹ ਆਪਣੀ ਸਾਰੀ ਊਰਜਾ ਅਤੇ ਬੁੱਧੀਮੱਤਾ ਨੂੰ ਆਪਣੇ ਵਿਚਾਰਾਂ ਨੂੰ ਲਾਹੇਵੰਦ ਅਤੇ ਫ਼ਲਦਾਈ ਬਨਾਉਣ ਵਿਚ ਲਗਾਉਂਦਾ ਹੈ।ਇਹ ਜਿਹਾ ਮਨੁੱਖ ਜਾਗਰਤ ਅਤੇ ਚੇਤਨ ਮਾਲਿਕ ਹੁੰਦਾ ਹੈ, ਅਤੇ ਅਜਿਹਾ ਉਹ *ਆਂਤਰਿਕ ਚੇਤਨਾ ਨਾਲ, ਵਿਚਾਰਾਂ ਦੇ ਨਿਯਮਾਂ ਨੂੰ ਖੋਜ ਕੇ, ਆਤਮ-ਵਿਸ਼ਲੇਸ਼ਣ ਅਤੇ ਅਨੁਭਵਾਂ ਦੇ ਆਧਾਰ 'ਤੇ* ਕਰ ਸਕਦਾ ਹੈ।

ਬੜੀ ਤਲਾਸ਼ ਅਤੇ ਖੁਦਾਈ ਕਰਨ ਤੋਂ ਬਾਅਦ ਹੀ ਖਦਾਨਾਂ ਅੰਦਰੋਂ ਸੋਨਾ ਅਤੇ ਹੀਰੇ ਪ੍ਰਾਪਤ ਕੀਤੇ ਜਾ ਸਕਦੇ ਹਨ। ਮਨੁੱਖ ਵੀ ਜੇਕਰ ਆਪਣੀ ਆਤਮਾ ਵਿਚ ਡੂੰਘਿਆਈ ਤੱਕ ਉਤਰ ਜਾਏ ਤਾਂ ਆਪਣੇ ਤੋਂ ਜੁੜੇ ਹਰ ਸੱਚ ਨੂੰ ਪ੍ਰਾਪਤ ਕਰ ਸਕਦਾ ਹੈ, ਉਹ ਜਾਣ ਸਕਦਾ ਹੈ ਕਿ ਉਸੇ ਨੇ ਆਪਣੇ ਚਰਿੱਤਰ ਦਾ ਨਿਰਮਾਣ ਕੀਤਾ ਹੈ, ਆਪਣੇ ਜੀਵਨ ਨੂੰ ਇਸ ਸਾਂਚੇ ਵਿਚ ਢਾਲਿਆ ਹੈ, ਆਪਣੀ ਨਸੀਬ ਨੂੰ ਘੜਿਆ ਹੈ। ਇੰਝ ਇਹ ਸਿੱਧ ਕੀਤਾ ਜਾ ਸਕਦਾ ਹੈ ਕਿ ਵਿਚਾਰਾਂ 'ਤੇ ਨਜ਼ਰ ਰੱਖਣ, ਉਹਨਾਂ 'ਤੇ ਨਿਯੰਤਰਣ ਰੱਖਣ ਅਤੇ ਉਹਨਾਂ ਨੂੰ ਬਦਲਣ ਨਾਲ ਉਸ 'ਤੇ, ਉਸ ਦੇ ਜੀਵਨ 'ਤੇ, ਦੂਜਿਆਂ ਦੇ ਜੀਵਨ 'ਤੇ ਕਿੰਨਾ ਪ੍ਰਭਾਵ ਹੁੰਦਾ ਹੈ ਅਤੇ ਕੰਮਾਂ ਅਤੇ ਸਿੱਟਿਆਂ ਨੂੰ ਧੀਰਜ, ਅਭਿਆਸ, ਵਿਸਤਰਿਤ ਵਿਸ਼ਲੇਸ਼ਣ ਅਤੇ ਆਪਣੇ ਹਰ ਅਨੁਭਵ ਨੂੰ ਇਸਤੇਮਾਲ ਕਰ ਕੇ

ਆਤਮ ਗਿਆਨ ਪ੍ਰਾਪਤ ਕੀਤਾ ਜਾ ਸਕਦਾ ਹੈ, ਜਿਹੜਾ ਹੈ – ਸਿਆਣਪ, ਬੁੱਧੀਮੱਤਾ ਅਤੇ ਸ਼ਕਤੀ। "ਜੋ ਖੋਜ਼ ਦਾ ਹੈ, ਉਹ ਪ੍ਰਾਪਤ ਕਰ ਦਾ ਹੈ। ਜੋ ਬੂਹਾ ਖੜਖੜਾਉਂਦਾ ਹੈ, ਉਸ ਦੇ ਲਈ ਬੂਹਾ ਖੁੱਲ੍ਹ ਜਾਂਦਾ ਹੈ।" ਇਹ ਇਕ ਸਦੀਵੀ ਸੱਚਾਈ ਹੈ। ਧੀਰਜ, ਅਭਿਆਸ ਅਤੇ ਅਟਲ ਸੰਕਲਪ ਤੋਂ ਹੀ ਮਨੁੱਖ ਗਿਆਨ ਦੇ ਮੰਦਿਰ ਵਿਚ ਦਾਖ਼ਲ ਹੋ ਸਕਦਾ ਹੈ।

2

ਵਿਚਾਰ ਦਾ ਵੱਖ-ਵੱਖ ਹਾਲਾਤਾਂ 'ਤੇ ਪ੍ਰਭਾਵ

ਮਨੁੱਖ ਦੇ ਮਨ ਨੂੰ ਇਕ ਬਾਗ ਦੇ ਤੌਰ 'ਤੇ ਦੇਖਿਆ ਜਾ ਸਕਦਾ ਹੈ, ਜਿਸ ਨੂੰ ਇਕ ਮਾਲੀ ਜਾਂ ਤਾਂ ਬੁੱਧੀਮੱਤਾ ਨਾਲ ਵੱਖ-ਵੱਖ ਤਰ੍ਹਾਂ ਦੀਆਂ ਖ਼ੁਰਾਕਾਂ ਦੇ ਕੇ ਹਰਾ-ਭਰਿਆ ਰੱਖ ਸਕਦਾ ਹੈ, ਜਾਂ ਲਾਪਰਵਾਹ ਹੋ ਕੇ ਉਜਾੜ ਸਕਦਾ ਹੈ। ਮਾਲੀ ਜੇਕਰ ਚਾਹੇ ਤਾਂ ਇਸ ਬਾਗ ਨੂੰ ਫ਼ੱਲਦਾ-ਫ਼ੁੱਲਦਾ ਰੱਖਣ ਲਈ ਜੁਤਾਈ ਕਰੇ ਜਾਂ ਉਸ ਦੀ ਸੰਭਾਲ ਨਾ ਕਰੇ, ਜਿਸ ਨੂੰ ਵੀ ਅਪਣਾਇਆ ਜਾਵੇਗਾ ਉਹ ਅਵੱਸ਼ ਹੀ ਸਿੱਟਾ ਦੇਵੇਗਾ। ਬਾਗਾਂ ਵਿਚ ਉਪਜੋਗੀ ਬੀਜਾਂ ਨੂੰ ਨਾ ਬੀਜਣ 'ਤੇ ਉੱਥੇ ਬੇਕਾਰ ਦੇ ਨਦੀਮ ਪੈਦਾ ਹੋ ਜਾਣਗੇ, ਅਤੇ ਇਨਾਂ ਨੂੰ ਨਹੀਂ ਹਟਾਇਆ ਗਿਆ, ਤਾਂ ਉਹੋ ਜਿਹੀ ਨਦੀਮ ਜ਼ਿਆਦਾ ਮਾਤਰਾ ਵਿਚ ਪੈਦਾ ਹੋ ਕੇ ਸਾਰੇ ਬਾਗ 'ਤੇ ਕਾਬਜ਼ ਹੋ ਜਾਵੇਗੀ।

ਬਾਗ ਵਿੱਚ ਜਿਵੇਂ ਮਾਲੀ ਇੱਕ ਇੱਕ ਕਰਕੇ ਬੀਜ ਬੀਜਦਾ ਹੈ, ਇੱਕ ਇੱਕ ਪੌਦੇ ਦੀ ਰੋਪਾਈ ਕਰਦਾ ਹੈ, ਫਿਰ ਪੌਦਿਆਂ ਦੇ ਅਨੁਸਾਰ ਪਾਣੀ ਨਾਲ ਸਿੰਚਾਈ ਕਰਦਾ ਹੈ। ਇਨਾਂ ਪੌਦਿਆ ਦੇ ਵਾਧੇ ਨਾਲ ਉੱਥੇ ਉਗੀ ਹੋਈ ਨਦੀਮ ਨੂੰ ਦੂਰ ਕਰਦਾ ਹੈ ਅਤੇ ਉਨਾਂ ਫ਼ੱਲ-ਫ਼ੁਲ ਨੂੰ ਲਗਾਉਂਦਾ ਹੈ ਜਿਹੜੇ ਉਨਾਂ ਦੀ ਲੋੜ ਦੇ ਹੁੰਦੇ ਹਨ, ਉਸੇ ਪ੍ਰਕਾਰ ਸਾਨੂੰ ਮਨੁੱਖਾਂ ਨੂੰ ਵੀ ਆਪਣੇ ਮਨ ਰੂਪੀ ਬਾਗ ਦੀ

ਦੇਖਭਾਲ ਕਰਨੀ ਚਾਹੀਦੀ ਹੈ। ਬੇਲੋੜੀ, ਪਲੀਤ ਅਤੇ ਬੇਕਾਰ ਦੇ ਵਿਚਾਰਾਂ ਨੂੰ ਮਨ ਅੰਦਰ ਸਥਾਨ ਨਹੀਂ ਦੇਣਾ ਚਾਹੀਦਾ, ਇਹ ਠੀਕ ਬਗੀਚੇ ਵਾਂਗ ਹੈ, ਜੇਕਰ ਇੰਨਾਂ ਅਨੁਚਿਤ ਵਿਚਾਰਾਂ ਨਾਲ ਥਾਂ ਭਰੀ ਹੋਈ ਹੋਵੇਗੀ ਤਾਂ ਚੰਗੇ ਵਿਚਾਰਾਂ ਲਈ ਕੋਈ ਥਾਂ ਨਹੀਂ ਬੱਚੇਗੀ।

ਮਨ ਹੋਵੇ ਜਾਂ ਬਾਗ਼ ਦੋਨਾਂ ਕੋਲ ਥਾਂ ਸੀਮਤ ਹੀ ਹੈ। ਮਨੁੱਖ ਨੂੰ ਚਾਹੀਦਾ ਹੈ ਕਿ ਉਹ ਆਪਣੇ ਉਸ ਮਨ ਰੂਪੀ ਬਾਗ਼ ਵਿਚ ਸਕਾਰਾਤਮਕ, ਨਿਰੋਲ, ਉਪਯੋਗੀ ਅਤੇ ਸਹੀ ਵਿਚਾਰਾਂ ਦੀ ਹੀ ਪਾਲਣਾ ਕਰੇ। ਇਸ ਪ੍ਰਕਿਰਿਆ ਨੂੰ ਜੇਕਰ ਈਮਾਨਦਾਰੀ ਨਾਲ ਅਪਣਾਇਆ ਜਾਏ ਤਾਂ ਇਕ ਸਮਾਂ ਇਹੋ ਜਿਹਾ ਆਵੇਗਾ, ਜਦੋਂ ਮਨੁੱਖ ਆਪਣੇ ਮਨ ਰੂਪੀ ਬਾਗ਼ ਦਾ ਮਾਲੀ ਹੋ ਜਾਵੇਗਾ। ਉਦੋਂ ਉਸਦਾ ਉਸ ਦੀਆਂ ਅੰਦਰਲੀਆਂ ਸਥਿਤੀਆਂ 'ਤੇ ਪੂਰਾ ਨਿਯੰਤਰਣ ਹੋ ਜਾਵੇਗਾ। ਮਨੁੱਖ ਜੇਕਰ ਆਪਣੇ ਵਿਚਾਰਾਂ ਦੀ ਅਸਲੀਅਤ ਨੂੰ ਸਮਝ ਲਏ ਤਾਂ ਨਿਸ਼ਚਿਤ ਤੌਰ 'ਤੇ ਇਸ ਸਿਲਸਿਲੇਵਾਰ ਘਟਨਾਵਾਂ ਨੂੰ ਸਮਝ ਸਕਦਾ ਹੈ ਕਿ ਮਨ, ਚਰਿੱਤਰ, ਪਰੀਸਥਿਤੀਆਂ ਅਤੇ ਨਸੀਬ ਸਾਰੇ ਚੰਗੇ ਜਾਂ ਮਾੜੇ ਵਿਚਾਰਾਂ ਰਾਹੀਂ ਘੜੇ ਜਾਂਦੇ ਹਨ।

ਵਿਚਾਰ ਅਤੇ ਚਰਿੱਤਰ ਮੂਲ਼ੇ ਤੌਰ 'ਤੇ ਇਕੋ ਹੀ ਹਨ, ਕਿਉਂਕਿ ਵਾਤਾਵਰਣ ਅਤੇ ਪਰੀਸਥਿਤੀਆਂ ਦੇ ਕਾਰਨ ਹੀ ਚਰਿੱਤਰ ਦਾ ਨਿਰਮਾਣ ਹੁੰਦਾ ਹੈ। ਚਰਿੱਤਰ ਨਿਰਮਾਣ ਮਨੁੱਖੀ ਜੀਵਨ ਦੀਆਂ ਬਾਹਰਲੀ ਪਰੀਸਥਿਤੀਆਂ ਅਤੇ ਅੰਦਰਲੀਆਂ ਅਵਸਥਾਵਾਂ ਦੇ ਆਪਸੀ ਸੰਬੰਧਾਂ ਅਤੇ ਤਾਲਮੇਲ ਕਾਰਨ ਹੌਲੀ-ਹੌਲੀ ਬਣਦੀਆਂ ਹਨ। ਇਸ ਲਈ ਚਰਿੱਤਰ ਦੀਰਘ ਕਾਲ ਦੀਆਂ ਪ੍ਰਕਿਰਿਆਵਾਂ ਦਾ ਸਿੱਟਾ ਹੈ। ਇਸਦਾ ਇਹ ਮਤਲਬ ਇਹ ਨਹੀਂ ਹੈ ਕਿ ਕਿਸੇ ਵੀ ਸਮੇਂ 'ਤੇ ਜਿਹੋ ਜਹੀਆਂ ਸਾਡੀਆਂ ਪਰੀਸਥਿਤੀਆਂ ਹਨ ਉਹ ਸਾਡੇ ਪੂਰੇ ਚਰਿੱਤਰ ਨੂੰ ਪ੍ਰਦਰਸ਼ਿਤ ਕਰਦੀਆਂ ਹਨ। ਇਸ ਦਾ ਅਰਥ ਇਹ ਹੈ ਕਿ ਉਹ ਤਮਾਮ ਹਾਲਾਤ ਸਾਡੀ

ਵਿਚਾਰਧਾਰਾ ਦੇ ਕਿਸੇ ਜ਼ਰੂਰੀ ਪਹਿਲੂ ਤੋਂ ਅਤੇ ਉਸ ਨਿਸ਼ਚਤ ਸਮੇਂ ਲਈ, ਇੰਨਾ ਨਜ਼ਦੀਕੀ ਨਾਲ ਜੁੜਿਆ ਹੋਇਆ ਹੈ ਕਿ ਉਹ ਸਾਡੀ ਤਰੱਕੀਲਈ ਅਤਿਅੰਤ ਲੋੜੀਂਦਾ ਹੈ।

ਮਨੁੱਖ ਦੀ ਆਤਮਾ ਗੁਪਤ ਤੌਰ 'ਤੇ ਜਿਸ ਨੂੰ ਵੀ ਚਾਹੁੰਦੀ ਹੈ, ਜਿਸ ਕਿਸੇ ਨਾਲ ਵੀ ਪਿਆਰ ਕਰਦੀ ਹੈ ਅਤੇ ਜਿਹਨਾਂ ਕੋਲੋਂ ਵੀ ਡਰਦੀ ਹੈ, ਆਖ਼ਰਕਾਰ ਉਹ ਉਸ ਨੂੰ ਆਕਰਸ਼ਿਤ ਕਰ ਹੀ ਲੈਂਦੀ ਹੈ।

ਅੱਜ ਅਸੀਂ ਜਾਂ ਤੁਸੀਂ ਜਿੱਥੇ ਵੀ ਖੜੇ ਹਾਂ, ਉਹ ਸਾਡੇ ਵਿਚਾਰਾਂ ਕਾਰਨ ਹੀ ਸੰਭਵ ਹੋਇਆ ਹੈ, ਉਹੀ ਵਿਚਾਰ ਜਿਨਾਂ ਨੂੰ ਅਸੀਂ ਆਪਣੇ ਅੰਦਰ ਅਦਿੱਖ ਚਰਿੱਤਰ ਵਿਚ ਸਥਾਪਿਤ ਕਰ ਰੱਖਿਆ ਹੈ। ਇਹ ਵਿਚਾਰ ਹੀ ਸਾਨੂੰ ਇਸ ਸਥਿਤੀ ਤੱਕ ਲੈ ਕੇ ਆਇਆ ਹੈ, ਭਾਵੇਂ ਇਹ ਵਿਚਾਰ ਚੰਗੇ ਹੋਣ ਜਾਂ ਮਾੜੇ; ਇਨ੍ਹਾਂ ਦਾ ਆਪਣੇ-ਆਪ ਹੀ ਮੁਲਾਂਕਣ ਕੀਤਾ ਜਾ ਸਕਦਾ ਹੈ। ਤਾਂ ਸਪੱਸ਼ਟ ਹੈ ਕਿ ਜੀਵਨ ਦੀ ਸਰੰਚਨਾ ਵਿਚ ਸੰਜੋਗ ਲਈ ਕੋਈ ਅਸਥਾਨ ਨਹੀਂ ਹੈ, ਲੇਕਿਨ ਇਹ ਸੱਚ ਹੈ ਕਿ ਸਾਰਾ ਕੁੱਝ ਉਸ ਨਿਜਮ ਦਾ ਸਿੱਟਾ ਹੈ, ਜੋ ਕਿ ਅਚੁਕ ਹੈ ਅਤੇ ਨਾ-ਬਦਲਣਵਾਲਾ ਵੀ। ਇਹ ਗੱਲ ਉਨ੍ਹਾਂ ਲਈ ਇਕੋਦਮ ਸਹੀ ਹੈ, ਜੋ ਆਪਣੀ ਪਰੀਸਥਿਤੀਆਂ ਦੇ ਤਾਲਮੇਲ ਤੋਂ ਉਲਟ ਹੋਣ ਦਾ ਅਨੁਭਵ ਕਰਦੇ ਹਨ, ਅਤੇ ਉਨ੍ਹਾਂ ਲਈ ਵੀ ਜੋ ਪਰੀਸਥਿਤੀਆਂ ਤੋਂ ਸੰਤੁਸ਼ਟ ਰਹਿੰਦੇ ਹਨ।

ਇਕ ਪ੍ਰਗਤੀਸ਼ੀਲ ਅਤੇ ਜਾਗਰਤ ਮਨੁੱਖ ਦੇ ਤੌਰ 'ਤੇ ਤੁਸੀਂ, ਜਿਸਸਥਾਨ 'ਤੇ ਵੀ ਹੋ, ਉੱਥੋਂ ਜੀਵਨ ਵਿਚ ਪ੍ਰਗਤੀ ਕਰ ਸਕਦੇ ਹੋ; ਇਹ ਉੱਦੇਸ਼ ਲਾਜ਼ਮੀ ਹੈ। ਇਸ ਲਈ, ਜਿਵੇਂ ਤੁਸੀਂ ਇੰਨਾਂ ਪਰੀਸਥਿਤੀਆਂ ਵਿਚ ਸ਼ਾਮਿਲ ਅਧਿਆਤਮਿਕ ਸਬਕ ਨੂੰ ਅੰਦਰੋਂ ਸਿੱਖ ਲੈਂਦੇ ਹੋ, ਉਹ ਚੱਲੀ ਜਾਂਦੀ ਹੈ ਅਤੇ ਦੂਜੀ ਨਵੀਂ ਪਰੀਸਥਿਤੀਆਂ ਲਈ ਜਗ੍ਹਾ ਬਣਾਉਂਦੀਆਂ ਹੈ।

ਅਸੀਂ ਪਰੀਸਥਿਤੀਆਂ ਦੁਆਰਾ ਤਕਲੀਫ਼ਾਂ ਨੂੰ ਉਦੋਂ ਤੱਕ ਸਹਿਣ ਕਰ ਸਕਦੇ ਹਾਂ, ਜਦੋਂ ਤੱਕ ਕਿ ਅਸੀਂ ਇਸ ਵਿਚ ਲੀਨ ਹੁੰਦੇ ਹਾਂ ਅਤੇ ਵਿਸ਼ਵਾਸ ਕਰਦੇ ਰਹਿੰਦੇ ਹਾਂ ਕਿ ਅਸੀਂ ਬਾਹਰਲੀਆਂ ਪਰੀਸਥਿਤੀਆਂ ਰਾਹੀਂ ਪ੍ਰਭਾਵਿਤ ਹੁੰਦੇ ਹਾਂ। ਪਰ, ਜਿਵੇਂ ਹੀ ਸਾਨੂੰ ਇਹ ਅਹਿਸਾਸ ਹੁੰਦਾ ਹੈ ਕਿ ਅਸੀਂ ਇਹੋ ਜਿਹੇ ਮਨੁੱਖ ਹਾਂ, ਜੋ ਪਰੀਸਥਿਤੀ ਕਾਰਨ ਨਹੀਂ ਹੈ, ਇਸ ਦੇ ਹਿਸਾਬ ਨਾਲ ਬਦਲ ਜਾਏ ਤਾਂ ਅਸੀਂ ਪਰੀਸਥਿਤੀਆਂ ਨੂੰ ਬਦਲਣ ਦੀ ਸਮੱਰਥਾ ਹਾਸਿਲ ਕਰ ਲੈਂਦੇ ਹਾਂ।

ਜਿਸ ਕਿਸੇ ਨੇ ਵੀ ਆਤਮ-ਪਰੀਖਣ ਅਤੇ ਆਤਮ-ਸੰਜਮ ਦਾ ਅਭਿਆਸ ਕੀਤਾ ਹੈ, ਉਹ ਇਹ ਜਾਣਦਾ ਹੈ ਕਿ ਪਰੀਸਥਿਤੀਆਂ ਵਿਚਾਰਾਂ ਤੋਂ ਹੀ ਉਭਰ ਦੀਆਂ ਹਨ ਕਿਉਂਕਿ ਉਨ੍ਹਾਂ ਨੇ ਨਜ਼ਦੀਕੀ ਤੌਰ 'ਤੇ ਇਹ ਮਹਿਸੂਸ ਕੀਤਾ ਹੁੰਦਾ ਹੈ ਕਿ ਉਨ੍ਹਾਂ ਦੀਆਂ ਪਰੀਸਥਿਤੀਆਂ ਵਿਚ ਹੋਏ ਬਦਲਾਅ, ਉਨ੍ਹਾਂ ਦੀ ਮਾਨਸਿਕ ਸਥਿਤੀ ਵਿਚ ਕੀਤੇ ਗਏ ਬਦਲਾਅ ਦੇ ਅਨੁਰੂਪ ਹੀ ਹੁੰਦੇ ਹਨ। ਉਹ ਇੱਕੋਦਮ ਸੱਚ ਹੈ ਕਿ ਜਦੋਂ ਅਸੀਂ ਉਤਸੁਕਤਾ ਤੇ ਉਤਸਾਹ ਨਾਲ ਆਪਣੇ ਚਰਿੱਤਰ ਦੀ ਕਮੀਆਂ ਨੂੰ ਦੂਰ ਕਰਨ ਵਿਚ ਆਪਣੇ-ਆਪ ਨੂੰ ਲੱਗਾ ਦਿੰਦੇ ਹਾਂ, ਤਾਂ ਅਸੀਂ ਬਹੁਤ ਛੇਤੀ ਪ੍ਰਗਤੀ ਵੱਲ ਵੱਧਣ ਲੱਗ ਜਾਂਦੇ ਹਾਂ, ਅਤੇ ਬੜੇ ਸਾਰੇ ਬਦਲਾਅ ਜਾਂ ਪਰਿਵਰਤਨ ਸਾਡੇ ਜੀਵਨ ਵਿਚ ਸਾਹਮਣੇ ਪ੍ਰਗਟ ਹੋ ਜਾਂਦੇ ਹਨ।

ਮਨੁੱਖ ਦੀ ਆਤਮਾ ਜਿਸ ਨੂੰ ਵੀ ਗੁਪਤ ਤੌਰ ਤੇ ਚਾਹੁੰਦੀ ਹੈ, ਜਿਸ ਨਾਲ ਪਿਆਰ ਕਰਦੀ ਹੈ ਅਤੇ ਜਿਸ ਨਾਲੋਂ ਡਰਦੀ ਹੈ, ਉਹ ਇਕੋ ਤਰ੍ਹਾਂ ਨਾਲ ਉਸ ਨੂੰ ਆਕਰਸ਼ਿਤ ਕਰਦੀ ਹੈ। ਇਹ ਇਕੱਤਰ ਕੀਤੀ ਗਈ ਸ਼ਕਤੀ ਤਾਂਘਾਂ ਦੀਆਂ ਉੱਚਾਈ ਤੱਕ ਪਹੁੰਚ ਜਾਂਦੀ ਹੈ, ਅਤੇ ਉਹ ਅਨਿਸ਼ਚਿਤ, ਵਾਰ-ਵਾਰ ਪ੍ਰਗਟ ਹੋਣ ਵਾਲੇ ਡਰ ਦੀ ਡੂੰਘਿਆਈ ਤੱਕ ਜਾਂਦੀ ਹੈ। ਪਰੀਸਥਿਤੀਆਂ ਉਹ ਮਾਧਿਅਮ ਹਨ, ਜਿਹਨਾਂ 'ਤੇ ਜਿੱਤ ਜਾਂ ਹਾਰ ਤੋਂ ਬਾਅਦ ਆਤਮਾ ਆਪਣੇ-ਆਪ ਨੂੰ ਪ੍ਰਾਪਤ ਕਰਦੀ ਹੈ।

ਹਰ ਇੱਕ ਵਿਚਾਰ ਰੂਪੀ ਬੀਜ, ਜਿਸ ਨੂੰ ਮਨ ਦੀਆਂ ਪਰਤਾਂ ਵਿਚ ਬੀਜਿਆ ਜਾਂਦਾ ਹੈ ਅਤੇ ਜੜ ਫੜ੍ਹਨ ਦਿੱਤਾ ਜਾਂਦਾ ਹੈ। ਫਸਲ ਦਿੰਦਾ ਹੀ ਹੈ, ਅਤੇ ਦੇਰ-ਸਵੇਰ ਕਿਸੇ ਕੰਮ ਦੇ ਤੌਰ 'ਤੇ ਫ਼ੱਲਦਾ-ਫੁਲਦਾ ਹੀ ਹੈ, ਉਸ ਵਿਚ ਪਰੀਸਥਿਤੀਆਂ ਦੇ ਅਨੁਰੂਪ ਹੀ ਫ਼ੱਲ ਪੱਕਦੇ ਹਨ। ਚੰਗੇ ਵਿਚਾਰਾਂ ਦੇ ਮਾਧਿਅਮ ਨਾਲ ਚੰਗੇ ਫ਼ੱਲ ਅਤੇ ਮਾੜੇ ਵਿਚਾਰਾਂ ਦੇ ਮਾਧਿਅਮ ਨਾਲ ਮਾੜੇ ਫ਼ੱਲ ਪ੍ਰਾਪਤ ਹੁੰਦੇ ਹਨ।

ਬਾਹਰਲੀ ਦੁਨੀਆਵੀਂ ਪਰੀਸਥਿਤੀਆਂ ਮਨੁੱਖ ਦੇ ਅੰਤਰਮਨ ਦਾ ਨਿਰਮਾਣ ਕਰਦੀਆਂ ਹਨ ਅਤੇ ਪਰੀਸਥਿਤੀਆਂ ਭਾਵੇਂ ਚੰਗੀਆਂ ਹੋਣ ਜਾਂ ਮਾੜੀ, ਇਹ ਉਹ ਘਟਕ ਜਾਂ ਹਿੱਸੇ ਹਨ, ਜੋ ਕਿਸੇ ਮਨੁੱਖ ਨੂੰ ਪ੍ਰਭਾਵਿਤ ਕਰਦੇ ਹਨ। ਵਿਪਰੀਤ ਪਰੀਸਥਿਤੀਆਂ ਮਨੁੱਖ ਨੂੰ ਬਹੁਤ ਕੁੱਝ ਸਿਖਾਉਂਦੀਆਂ ਹਨ। ਆਪਣੀ ਫਸਲ ਨੂੰ ਅਸੀਂ ਆਪ ਵੱਢਦੇ ਹਾਂ; ਇਸ ਲਈ ਤਕਲੀਫ਼ ਹੋ ਜਾਂ ਖੁਸ਼ੀ ਦੋਨਾਂ ਤੋਂ ਹੀ ਅਸੀਂ ਸਿੱਖਦੇ ਹਾਂ।

ਅਸਲ ਵਿਚ ਸਾਨੂੰ ਜੋ ਚਾਹੀਦਾ ਹੈ ਉਸ ਨੂੰ ਅਸੀਂ ਆਕਰਸ਼ਿਤ ਹੀ ਨਹੀਂ ਕਰਦੇ, ਬਲਕਿ ਉਸ ਨੂੰ ਆਕਰਸ਼ਿਤ ਕਰਦੇ ਹਾਂ, ਜੋ ਅਸੀਂ ਆਪ ਹਾਂ।

ਸਾਨੂੰ ਆਪਣੀਆਂ ਉਨ੍ਹਾਂ ਸਾਰੀਆਂ ਆਂਤਰਿਕ ਇੱਛਾਵਾਂ, ਤਾਂਘਾਂ, ਵਿਚਾਰਾਂ ਦਾ ਪਿੱਛਾ ਕਰਦੇ ਹੋਏ, ਜਿਨ੍ਹਾਂ ਨੂੰ ਅਸੀਂ ਆਪਣੇ-ਆਪ 'ਤੇ ਹਾਵੀ ਹੋਣ ਦਿੰਦੇ ਹਾਂ। ਆਖਿਰਕਾਰ ਉਹ ਸਾਡੇ ਜੀਵਨ ਵਿਚ ਬਾਹਰਲੀਆਂ ਪਰੀਸਥਿਤੀਆਂ ਦੇ ਰੂਪ ਵਿਚ ਹੋਣ ਦੇ ਨਾਲ ਹੌਲੀ-ਹੌਲੀ ਅੰਦਰਲੀ ਪੂਰਨਤਾ ਤੱਕ ਪਹੁੰਚ ਜਾਂਦੀਆਂ ਹਨ। ਪ੍ਰਗਤੀ ਅਤੇ ਅਨੁਰੂਪਤਾ ਦੇ ਨਿਯਮ ਸਾਰੀਆਂ ਜਗ੍ਹਾਵਾਂ 'ਤੇ ਸਮਾਨ ਤੌਰ ਤੇ ਲਾਗੂ ਹੁੰਦੇ ਹਨ।

ਕੋਈ ਵੀ ਵਿਅਕਤੀ ਗ਼ਰੀਬ ਸਥਿਤੀ ਜਾਂ ਜੇਲ ਵਿਚ ਨਸੀਬ ਜਾਂ ਪਰੀਸਥਿਤੀਆਂ ਦੀ ਕਰੂਰਤਾ ਕਾਰਣ ਨਹੀਂ ਪਹੁੰਚਦਾ, ਬਲਕਿ ਨਿਮਨ ਵਿਚਾਰਾਂ ਅਤੇ ਘਟੀਆ ਇੱਛਾਵਾਂ ਦੇ ਕਾਰਣ ਪਹੁੰਚਦਾ ਹੈ। ਅਤੇ ਨਾ ਹੀ ਇਹੋ ਜਿਹਾ ਹੁੰਦਾ ਹੈ ਕਿ ਇਕ ਸੱਚੇ ਮਨ ਵਾਲਾ ਵਿਅਕਤੀ ਇਕਦਮ ਕਿਸੇ ਬਾਹਰਲੀ ਸ਼ਕਤੀ ਦੇ ਦਬਾਅ ਵਿਚ ਆ ਕੇ ਅਪਰਾਧ-ਬੋਧ ਨਾਲ ਗ੍ਰਸਿਤ ਹੋ ਜਾਏ। ਇਹ ਹੌਲੀ-ਹੌਲੀ ਹੁੰਦਾ ਹੈ। ਉਸ ਵਿਅਕਤੀ ਦੇ ਮਨ ਵਿਚ ਅਪਰਾਧੀ ਵਿਚਾਰ ਗੁਪਤ ਤੌਰ 'ਤੇ ਪਨਪ ਰਹੇ ਹੁੰਦੇ ਹਨ ਅਤੇ ਅਵਸਰ ਆਉਂਦੇ ਹੀ ਉਹ ਆਪਣੀ ਪੂਰੀ ਸ਼ਕਤੀ ਨਾਲ ਪ੍ਰਗਟ ਹੋ ਜਾਂਦੇ ਹਨ। ਪਰੀਸਥਿਤੀਆਂ ਵਿਅਕਤੀ ਦਾ ਨਿਰਮਾਣ

ਨਹੀਂ ਕਰਦੀਆਂ, ਬਲਕਿ ਵਿਅਕਤੀ ਜਿਵੇਂ ਦਾ ਹੁੰਦਾ ਹੈ ਉਸਦੇ ਲਈ ਉਸੇ ਤਰ੍ਹਾਂ ਦੀ ਪਰੀਸਥਿਤੀਆਂ ਉਤਪੰਨ ਹੁੰਦੀਆ ਹਨ।

ਅਸੀਂ ਉਹ ਪ੍ਰਾਪਤ ਨਹੀਂ ਕਰਦੇ, ਜਿਸਦੀ ਅਸੀਂ ਇੱਛਾ ਕਰਦੇ ਹਾਂ ਜਾਂ ਜਿਸਦੇ ਲਈ ਅਸੀਂ ਪ੍ਰਾਰਥਨਾ ਕਰਦੇ ਹਾਂ, ਬਲਕਿ ਉਹ ਸਾਨੂੰ ਮਿਲਦਾ ਹੈ, ਜਿਸ ਲਈ ਅਸੀਂ ਸਹੀ ਤਰੀਕੇ ਨਾਲ ਕਮਾਈ ਕਰਦੇ ਹਾਂ।

ਕੇਵਲ ਸਾਡੇ ਬੁਰੇ ਵਿਚਾਰਾਂ ਦੇ ਇਲਾਵਾਂ ਕਦੇ ਵੀ ਇਹੋ ਜਿਹੀ ਪਰੀਸਥਿਤੀਆਂ ਹੋ ਹੀ ਨਹੀਂ ਸਕਦੀਆਂ, ਜੋ ਸਾਨੂੰ ਬੁਰਾਈਆਂ ਜਾਂ ਉਸ ਦੇ ਸਾਥੀ ਤਕਲੀਫ਼ ਵੱਲ ਸਾਨੂੰ ਹੇਠਲੇ ਪਾਸੇ ਲੈ ਕੇ ਜਾ ਸਕਣ। ਉਸੇ ਤਰ੍ਹਾਂ ਇਹੋ ਜਿਹੀ ਕੋਈ ਸਥਿਤੀ ਨਹੀਂ ਹੋ ਸਕਦੀ, ਜੋ ਬਿਨਾਂ ਚੰਗੇ ਅਤੇ ਸਫਲ ਤਾਂਘਾਂ ਨੂੰ ਨਿਰੰਤਰ ਪੈਦਾ ਕਰ ਸਕੇ। ਸਾਨੂੰ ਪੁੰਨ, ਸਫਲਤਾ ਤੇ ਉਸ ਨਾਲ ਜੁੜੇ ਸੱਚੇ ਆਨੰਦ ਵੱਲ ਉੱਪਰ ਉੱਠਣਾ ਹੈ। ਇਸ ਲਈ ਅਸੀਂ ਆਪਣੇ ਵਿਚਾਰਾਂ ਦੇ ਮਾਲਿਕ ਅਤੇ ਮੁਖੀਆ ਹੋਣ ਦੇ ਨਾਤੇ, ਆਪਣੇ-ਆਪ ਨੂੰ ਬਣਾਉਂਦੇ ਹਾਂ, ਆਪਣੀਆਂ ਪਰੀਸਥਿਤੀਆਂ ਨੂੰ ਆਕਾਰ ਦਿੰਦੇ ਹਾਂ ਅਤੇ ਉਸ ਦੇ ਰਚਨਹਾਰ ਵੀ ਹੁੰਦੇ ਹਾਂ।

ਜਨਮ ਲੈਣ ਸਮੇਂ ਇਕ ਆਤਮਾ ਆਪਣੇ ਪੂਰਨ ਸਰੂਪ ਵਿਚ ਆਉਂਦੀ ਹੈ ਅਤੇ ਉਸ ਦੀ ਧਰਤੀ ਦੀ ਯਾਤਰਾ ਅਰੰਭ ਹੋ ਜਾਂਦੀ ਹੈ। ਉਹ ਆਪਣੇ ਹਰ ਇਕ ਕਦਮ ਨਾਲ ਉਹਨਾਂ ਸਥਿਤੀਆਂ ਦੇ ਮੇਲ ਨੂੰ ਆਕਰਸ਼ਿਤ ਕਰਦੀ ਹੈ, ਜੋ ਆਪਣੇ-ਆਪ ਪ੍ਰਗਟ ਹੁੰਦੀਆਂ ਹਨ, ਜੋ ਉਸਦੀਆਂ ਪਵਿੱਤਰਤਾ ਅਤੇ ਅਪਵਿੱਤਰਤਾ ਨੂੰ, ਦੁਰਬਲਤਾ ਅਤੇ ਸਮਰੱਥਾ ਨੂੰ ਦਰਸਾਉਂਦੀਆਂ ਹਨ।

ਸਾਨੂੰ ਇਹ ਮੰਨਣਾ ਚਾਹੀਦਾ ਹੈ ਕਿ ਅਸੀਂ ਜਿਸ ਕਿਸੇ ਵੀ ਸਥਿਤੀ-ਪਰੀਸਥਿਤੀ ਵਿਚ ਹਾਂ, ਉਸ ਨੂੰ ਅਸੀਂ ਆਕਰਸ਼ਿਤ ਹੀ ਨਹੀਂ ਕਰਦੇ, ਬਲਕਿ ਉਸਦੇ ਨਿਰਮਾਤਾ ਵੀ ਆਪ ਹਾਂ। ਸਾਡੀ ਤਾਂਘਾ, ਜ਼ੁਨੂੰਨ ਅਤੇ ਪਸੰਦ ਹਰ ਕਦਮ 'ਤੇ ਅਸਫਲ ਹੁੰਦੀ ਹੈ। ਪਰ, ਸਾਡੇ ਆਂਤਰਿਕ ਵਿਚਾਰ ਅਤੇ ਇੱਛਾਵਾਂ

ਆਪਣੇ-ਆਪ ਦੇ ਖਾਣਾ ਚੰਗਾ ਹੋਵੇ ਜਾਂ ਮਾੜਾ, ਦੁਆਰਾ ਹੁੰਦੇ ਹਨ। ਉਹ ਅਲੌਕਿਕਤਾ ਜੋ ਅੰਤ ਵਿਚ ਸਾਨੂੰ ਆਕਾਰ ਦਿੰਦੀ ਹੈ, ਸਾਡੇ ਅੰਤਰਮਨ ਵਿਚ ਹੈ, ਉਹ ਸਾਡੀ ਆਤਮਾ ਹੈ। ਇਸ ਲਈ ਅਸੀਂ ਆਪਣੇ-ਆਪ ਦੁਆਰਾ ਹੀ ਇਕੋ ਤਰੀਕੇ ਨਾਲ ਕੈਦੀ ਬਣਾ ਲਏ ਜਾਂਦੇ ਹਾਂ। ਸਾਡੇ ਆਪਣੇ ਵਿਚਾਰ ਤੇ ਕਾਰਜ ਹੀ ਸਾਡੇ ਨਸੀਬ ਦੇ ਜੇਲਰ ਹਨ; ਜੇਕਰ ਇਹ ਨਿਮਨ ਸੱਤਰ ਦੇ ਅਤੇ ਤੁੱਛ ਹਨ, ਤਾਂ ਨਿਸ਼ਚਤ ਤੌਰ 'ਤੇ ਅਸੀਂ ਕੈਦੀ ਹੀ ਬਣਦੇ ਹਾਂ। ਪਰ, ਇਹੀ ਮੁਕਤੀ ਦੇ ਦੂਤ ਹਨ; ਜੇਕਰ ਵਿਚਾਰ ਅਤੇ ਕਾਰਜ ਚੰਗੇ ਹੋਣ ਤਾਂ ਇਹੀ ਮੁਕਤੀ ਪ੍ਰਦਾਨ ਕਰਦੇ ਹਨ।ਇਸ ਗੱਲ ਨੂੰ ਵੀ ਜਾਣ ਲਓ ਕਿ ਸਾਨੂੰ ਉਹ ਕਦੇ ਨਹੀਂ ਮਿਲਦਾ, ਜਿਸਦੀ ਅਸੀਂ ਇੱਛਾ ਕਰਦੇ ਹਾਂ ਜਾਂ ਜਿਸ ਦੇ ਲਈ ਅਸੀਂ ਪ੍ਰਾਰਥਨਾ ਕਰਦੇ ਹਾਂ, ਸਾਨੂੰ ਉਹੀ ਮਿਲਦਾ ਹੈ, ਜਿਸ ਨੂੰ ਅਸੀਂ ਸਹੀ ਤਰੀਕੇ ਨਾਲ ਕਮਾਉਂਦੇ ਹਾਂ। ਸਾਡੀਆਂ ਇੱਛਾਵਾਂ ਤੇ ਪ੍ਰਾਰਥਨਾਵਾਂ ਉਦੋਂ ਪੂਰੀ ਹੁੰਦੀਆਂ ਹਨ ਅਤੇ ਉਨ੍ਹਾਂ ਦਾ ਫ਼ਲ ਵੀ ਸਾਨੂੰ ਉਦੋਂ ਹੀ ਮਿਲਦਾ ਹਾਂ, ਜਦੋਂ ਉਹ ਸਾਡੇ ਵਿਚਾਰਾਂ ਤੇ ਕਾਰਜਾਂ ਨਾਲ ਇਕਸੁਰ ਹੁੰਦੇ ਹਨ।

ਜਦੋਂ ਇਹ ਸੱਚ ਹੈ ਉਦੋਂ ਇਸ ਨਜ਼ਰੀਏ ਨਾਲ ਪਰੀਸਥਿਤੀਆਂ ਵਿਰੁੱਧ ਲੜਨ ਦਾ ਸਾਡੇ ਜੀਵਨ ਵਿਚ ਕੀ ਅਰਥਾ ਹੈ? ਇਸਦਾ ਅਰਥ ਹੈ ਕਿ ਅਸੀਂ ਹਰ ਪਲ ਬਾਹਰ ਹੋ ਰਹੇ ਪ੍ਰਭਾਵ ਦੇ ਵਿਰੁੱਧ ਲੜ ਰਹੇ ਹੁੰਦੇ ਹਾਂ, ਅਤੇ ਨਾਲੋ-ਨਾਲ ਆਪਣੇ ਹਿਰਦੇ ਵਿਚ ਉਸਦੇ ਕਾਰਣ ਨੂੰ ਪਾਲਣਾ ਦਿੰਦਿਆਂ ਸੁਰੱਖਿਅਤ ਕਰ ਰਹੇ ਹੁੰਦੇ ਹਾਂ। ਇਹ ਕਾਰਣ ਜਾਂ ਤਾਂ ਬੁਰਿਆਈ ਜਾਂ ਕਮਜ਼ੋਰੀ ਦਾ ਰੂਪ ਲੈ ਸਕਦਾ ਹੈ, ਪਰ ਭਾਵੇਂ ਕੁੱਝ ਵੀ ਹੋਵੇ ਉਹ ਨਜ਼ਰੀਆ ਧਾਰਣ ਕਰਨ ਵਾਲਿਆਂ ਦੀਆਂ ਕੋਸ਼ਿਸ਼ਾਂ ਨੂੰ ਮਜ਼ਬੂਤੀ ਤੋਂ ਰੋਕਦਾ ਹੈ ਅਤੇ ਕਿਸੇ ਹੱਲ ਨੂੰ ਖੋਜਣ ਲਈ ਵੀ ਮਜ਼ਬੂਰ ਕਰਦਾ ਹੈ।

ਸਾਡੇ ਵਿਚੋਂ ਜ਼ਿਆਦਾਤਰ ਵਿਅਕਤੀ ਆਪਣੀਆਂ ਪਰੀਸਥਿਤੀਆਂ ਵਿਚ ਤਾਂ ਸੁਧਾਰ ਲਿਆਉਣਾ ਚਾਹੁੰਦੇ ਹਨ, ਪਰ ਆਪਣੇ-ਆਪ ਵਿਚ ਬਿਲਕੁੱਲ ਵੀ ਨਹੀਂ। ਅਤੇ ਇਸ ਲਈ ਅਸੀਂ ਨਾ ਚਾਹੁੰਦੇ ਹੋਏ ਵੀ ਇਕ ਦੁਚਿੱਤੀ ਵਿਚ ਬੰਨ੍ਹੇ ਰਹਿੰਦੇ ਹਾਂ। ਕੇਵਲ ਇਕੋ ਹੀ ਚੀਜ਼ ਹੈ - ਜੇਕਰ ਅਸੀਂ ਈਮਾਨਦਾਰੀ ਨਾਲ ਆਤਮ ਪਰੀਖਣ ਤੋਂ ਮੂੰਹ ਨਾ ਮੋੜੀਏ, ਤਾਂ ਅਸੀਂ ਕਦੇ ਵੀ ਉਹ ਪਾਉਣ ਤੋਂ ਵਾਂਝੇ ਨਹੀਂ ਹੋਵਾਂਗੇ, ਜਿਸ ਨੂੰ ਸਾਡਾ ਦਿਲ ਚਾਹੁੰਦਾ ਹੈ। ਇਹ ਸਾਰੇ ਭੌਤਿਕ ਵਿਸ਼ਿਆਂ ਲਈ ਉੱਨੇ ਹੀ ਸੱਚੇ ਹਨ, ਜਿੰਨਾ ਕਿ ਦੈਵੀ ਵਿਸ਼ਿਆਂ ਲਈ। ਜੇਕਰ ਅਸੀਂ ਕੇਵਲ ਦੌਲਤ ਪ੍ਰਾਪਤ ਕਰਨਾ ਚਾਹੁੰਦੇ ਹਾਂ, ਤਾਂ ਆਪਣੇ ਟੀਚਿਆਂ ਨੂੰ ਪ੍ਰਾਪਤ

ਕਰਨ ਤੋਂ ਪਹਿਲਾਂ ਸਾਨੂੰ ਅਨੇਕ ਮਹਾਨ ਨਿਜੀ ਤਿਆਗ ਕਰਨ ਨੂੰ ਤਿਆਰ ਰਹਿਣਾ ਚਾਹੀਦਾ ਹੈ। ਅਤੇ ਉਹ ਮਨੁੱਖ ਜੋ ਸ਼ਾਂਤ ਅਤੇ ਸ਼ਾਨਦਾਰ ਜੀਵਨ ਚਾਹੁੰਦੇ ਹਨ, ਉਨ੍ਹਾਂ ਨੂੰ ਤਾਂ ਹੋਰ ਵੀ ਜ਼ਿਆਦਾ ਤਿਆਗ ਕਰਨਾ ਪਵੇਗਾ।

ਜਿਵੇਂ ਕਿ ਕੁੱਝ ਲੋਕ ਹਨ, ਜਿਹੜੇ ਅਤਿਅੰਤ ਗਰੀਬ ਹਨ। ਉਹ ਬੜੇ ਬੇਚੈਨ ਅਤੇ ਪਰੇਸ਼ਾਨ ਰਹਿੰਦੇ ਹਨ ਕਿ ਉਨ੍ਹਾਂ ਦੇ ਆਲੇ-ਦੁਆਲੇ ਦਾ ਮਾਹੌਲ ਅਤੇ ਘਰੇਲੂ ਸੁਖ-ਸੁਵਿਧਾਵਾਂ ਸੁਧਰਨੀਆਂ ਚਾਹੀਦੀਆਂ ਹਨ, ਫਿਰ ਵੀ ਉਹ ਆਪਣੇ ਕੰਮ ਤੋਂ ਮੂੰਹ ਚੁਰਾਉਂਦੇ ਹਨ ਅਤੇ ਇਹ ਵੀ ਮੰਨਦੇ ਹਨ ਕਿ ਆਪਣੇ ਮਾਲਿਕਾਂ ਨੂੰ ਧੋਖਾ ਦੇ ਕੇ ਉਹੀ ਸਹੀ ਕਰ ਰਹੇ ਹਨ, ਕਿਉਂਕਿ ਉਨ੍ਹਾਂ ਨੂੰ ਬਹੁਤ ਘੱਟ ਤਨਖਾਹ ਮਿਲਦੀ ਹੈ। ਇਹ ਲੋਕ ਇਸ ਬੁਨਿਆਦੀ ਸਿਧਾਂਤ ਨੂੰ ਨਹੀਂ ਸਮਝ ਪਾਉਂਦੇ ਹਨ ਜੋ ਕਿ ਸੱਚੀ ਖ਼ੁਸ਼ਹਾਲੀ ਦਾ ਆਧਾਰ ਅਤੇ ਨਾ ਕੇਵਲ ਆਪਣੀ ਗਰੀਬੀ ਤੋਂ ਬਾਹਰ ਨਿਕਲਣ ਲਈ ਅਯੋਗ ਹਨ, ਬਲਕਿ ਬੁਰੀ ਪਰੀਸਿਥੀਆਂ ਬਾਰੇ ਸੋਚ ਸੋਚ ਕੇ ਉਸ ਨੂੰ ਅਸਲ ਵਿਚ ਆਪਣੀ ਜੀਵਨ ਅੰਦਰ ਆਕਰਸ਼ਿਤ ਕਰ ਰਹੇ ਹੁੰਦੇ ਹਨ। ਅਸਲ ਵਿਚ ਇਹੋ ਜਿਹੇ ਸਾਰੇ ਲੋਕ ਕਮਜ਼ੋਰ, ਆਲਸੀ ਅਤੇ ਉਲਝੇ ਹੋਏ ਵਿਚਾਰਾਂ ਵਿਚ ਜੀਅ ਰਹੇ ਹੁੰਦੇ ਹਨ।

ਆਪਣੇ ਜੀਵਨ ਤੇ ਮਨ ਵਿਚ ਕਾਰਜਸ਼ੀਲ ਉਸ ਮਹਾਨ
ਰਹੱਸ ਦਾ ਪਤਾ ਸਾਨੂੰ ਅੰਤਲੀ ਪੂਰਨਤਾ ਦੀ ਯਾਤਰਾ
'ਤੇ ਚੱਲਣ ਤੋਂ ਬਹੁਤ ਪਹਿਲਾਂ ਹੀ ਮਿਲ ਜਾਵੇਗਾ,
ਜੋ ਕਿ ਪੂਰਨ ਤੌਰ ਤੇ ਨਿਆਂ ਸੰਗਤ ਹੈ; ਉਦੋਂ ਸਾਨੂੰ ਪਤਾ
ਹੀ ਚੱਲ ਜਾਵੇਗਾ ਕਿ ਇਹ ਨਿਯਮ ਬੁਰੇ ਦੇ ਬਦਲੇ ਚੰਗਾ ਜਾਂ
ਚੰਗਿਆਈ ਦੇ ਬਦਲੇ ਬੁਰਾ ਫ਼ਲ ਨਹੀਂ ਦਿੰਦਾ।

ਦੂਜੇ ਪਾਸੇ ਕੁੱਝ ਅਮੀਰ ਲੋਕ, ਜੋ ਅਨਿਯਮਤ ਰੂਟੀਨ ਅਤੇ ਬੇਕਾਬੂ ਖਾਣਾ ਖਾਉਣ ਕਾਰਨ ਕਈ ਤਰ੍ਹਾਂ ਦੀਆਂ ਬੀਮਾਰੀਆਂ ਤੋਂ ਪੀੜਤ ਹੋ ਜਾਂਦੇ ਹਨ। ਉਹ ਇਨਾਂ ਬੀਮਾਰੀਆਂ ਤੋਂ ਆਰਾਮ ਪਾਉਣ ਲਈ ਫੇਰ ਸਾਰਾ ਪੈਸਾ ਤਾਂ ਖਰਚ ਕਰਦੇ

ਹਨ, ਪਰ ਲੋੜ ਤੋਂ ਵਾਧੂ ਖਾਣਾ ਤੇ ਅਨਿਯਮਤ ਰੂਟੀਨ ਦੀ ਆਪਣੀ ਆਦਤ ਨੂੰ ਬਦਲਣ ਵਿਚ ਬਿਲਕੁੱਲ ਯਕੀਨ ਨਹੀਂ ਕਰਦੇ। ਉਨ੍ਹਾਂ ਨੂੰ ਆਪਣੀ ਇੱਛਾ ਨੂੰ ਤਸੱਲੀ ਦੇਣ ਵਾਲੇ ਚਟਪਟੇ ਤੇ ਲਜ਼ੀਜ਼ ਵਿਅੰਜਨ ਹੀ ਪਸੰਦ ਹੁੰਦੇ ਹਨ ਅਤੇ ਉਨ੍ਹਾਂ ਨਾਲ ਹੀ ਉਹ ਸਾਰੀ ਸੰਤੁਸ਼ਟੀ ਪਾਉਣਾ ਚਾਹੁੰਦੇ ਹਨ। ਅਜਿਹੇ ਵਿਅਕਤੀ ਚੰਗੀ ਸਿਹਤ ਲਈ ਅਯੋਗ ਹਨ, ਕਿਉਂਕਿ ਉਨ੍ਹਾਂ ਨੇ ਸਿਹਤਮੰਦ ਜੀਵਨ ਦੇ ਮੁੱਢਲੇ ਸਿਧਾਂਤਾਂ ਨੂੰ ਹੁਣ ਤਾਂਈ ਸਿੱਖਿਆ ਹੀ ਨਹੀਂ ਹੈ।

ਕਈ ਮਾਲਿਕ ਇਹੋ ਜਿਹੇ ਹੁੰਦੇ ਹਨ, ਜੋ ਵਾਧੂ ਆਰਥਿਕ ਤੇ ਨਿੱਜੀ ਲਾਹੇ ਲਈ ਗ਼ਲਤ ਰਾਹ ਨੂੰ ਅਪਣਾ ਲੈਂਦੇ ਹਨ, ਨਾਲ ਹੀ ਆਪਣੇ ਹਿਤਾਂ ਲਈ ਆਪਣੇ ਹੀ ਹੇਠਾਂ ਕੰਮ ਕਰ ਰਹੇ ਕਰਮਚਾਰੀਆਂ ਨੂੰ ਘੱਟ ਤਨਖ਼ਾਹ ਵੀ ਦਿੰਦੇ ਹਨ। ਅਜਿਹੇ ਮਾਲਿਕ ਖੁਸ਼ਹਾਲੀ ਦੇ ਬਿਲਕੁੱਲ ਜੋਗ ਨਹੀਂ ਹਨ ਅਤੇ ਜਦੋਂ ਉਨ੍ਹਾਂ ਦਾ ਦੀਵਾਲਾ ਨਿਕਲ ਜਾਂਦਾ ਹੈ, ਉਦੋਂ ਉਹ ਪਰੀਸਥਿਤੀਆਂ ਨੂੰ ਦੋਸ਼ ਦਿੰਦੇ ਹਨ ਅਤੇ ਇਹ ਨਹੀਂ ਜਾਣਦੇ ਕਿ ਇਸ ਦੇ ਲਈ ਉਹ ਆਪ ਜ਼ਿੰਮੇਵਾਰ ਹਨ। ਆਪਣੀ ਇਸ ਇਬਾਰਤ ਦਾ ਉਨ੍ਹਾਂ ਨੇ ਆਪ ਨਿਰਮਾਣ ਕੀਤਾ ਹੈ।

ਸਾਡੇ ਵਿਚੋਂ ਜ਼ਿਆਦਾਤਰ ਲੋਕ ਆਪਣੀਆਂ ਪਰੀਸਥਿਤੀਆਂ ਵਿਚ ਤਾਂ ਸੁਧਾਰ ਲਿਆਉਣਾ ਚਾਹੁੰਦੇ ਹਨ ਪਰ ਆਪਣੇ-ਆਪ ਵਿਚ ਬਦਲਾਅ ਬਿਲਕੁੱਲ ਵੀ ਨਹੀਂ, ਇਹੀ ਕਾਰਣ ਹੈ ਕਿ ਅਸੀਂ ਬੰਧਨਾਂ ਵਿਚ ਹਮੇਸ਼ਾ ਬੰਨ੍ਹੇ ਰਹਿੰਦੇ ਹਾਂ।

ਇਹ ਤਿੰਨ ਉਦਾਹਰਣਾਂ ਇਸ ਸੱਚ ਨੂੰ ਉਜਾਗਰ ਕਰਦੀਆਂ ਹਨ ਕਿ ਆਪਣੇ ਹਾਲਾਤਾਂ ਦਾ ਨਿਰਮਾਤਾ ਮਨੁੱਖ ਆਪ ਹੀ ਹੁੰਦਾ ਹੈ (ਹਾਲਾਂਕਿ ਅਚੇਤਨ ਤੌਰ 'ਤੇ ਉਹ ਇਹ ਕਰਦਾ ਹੈ) ਅਤੇ ਇਸ ਦਾ ਉੱਦੇਸ਼ ਤਾਂ ਨਿਸ਼ਚਤ ਤੌਰ 'ਤੇ ਚੰਗਾ ਹੁੰਦਾ ਹੈ, ਪਰ ਇਸ ਉੱਦੇਸ਼ ਦੀ ਪ੍ਰਾਪਤੀ ਦੀ ਰਾਹ 'ਚ ਅੜੀਕੇ ਉਹ ਆਪ ਹੀ ਪੈਦਾ ਕਰਦਾ ਹੈ। ਉਹ ਅਜਿਹੇ ਵਿਚਾਰਾਂ ਤੇ ਇੱਛਾਵਾਂ ਨੂੰ ਉਤਸਾਹਿਤ ਕਰਦਾ ਹੈ, ਜੋ ਉਸ ਦੇ ਤਤਕਾਲਕ ਉੱਦੇਸ਼ਾਂ ਨਾਲ ਮੇਲ ਨਹੀਂ ਖਾਂਦੇ। ਇਸ ਲਈ, ਉਹ ਇਸ

ਉੱਦੇਸ਼ ਨੂੰ ਪ੍ਰਾਪਤ ਵੀ ਨਹੀਂ ਕਰ ਪਾਉਂਦਾ। ਅਜਿਹੇ ਅਨੇਕਾਂ ਹੀ ਉਦਾਹਰਨਾਂ ਹੀ ਪੇਸ਼ ਕੀਤੀਆਂ ਜਾ ਸਕਦੀਆਂ ਹਨ, ਪਰ, ਇਸ ਦੀ ਕੋਈ ਲੋੜ ਨਹੀਂ ਹੈ। ਜੇ ਪਾਠਕ ਚਾਹੁਣ ਤਾਂ ਵਿਚਾਰਾਂ ਦੇ ਨਿਯਮਾਂ ਦੇ ਸਿੱਟਿਆਂ ਨੂੰ ਉਹ ਆਪਣੇ ਮਨ ਅਤੇ ਜੀਵਨ ਵਿਚ ਦੇਖ ਸਕਦੇ ਹਨ।

ਮਨੁੱਖਾਂ ਦੀਆਂ ਪਰੀਸਥਿਤੀਆਂ ਇੰਨੀਆਂ ਜਟਿਲ ਅਤੇ ਵਿਚਾਰਾਂ ਦੀ ਜੜ੍ਹਾਂ ਇੰਨੀ ਡੂੰਘਿਆਈ ਵਿਚ ਹੁੰਦੀਆਂ ਹਨ ਕਿ ਵੱਖ-ਵੱਖ ਲੋਕਾਂ ਦੀਆਂ ਖ਼ੁਸ਼ੀਆਂ ਦੀ ਪਰਿਭਾਸ਼ਾ ਵੀ ਵੱਖ-ਵੱਖ ਹੁੰਦੀਆਂ ਹਨ। ਇਹ ਇੰਨੀਆਂ ਵੱਖ-ਵੱਖ ਅਤੇ ਉਲਝੀਆਂ ਹੋਈਆਂ ਹੁੰਦੀਆਂ ਕਿ ਕਿਸੇ ਮਨੁੱਖ ਦੀ ਬਾਹਰਲੀ ਅਤੇ ਅੰਦਰੂਨੀ ਹਾਲਾਤਾਂ ਦਾ ਮੁੱਲਾਂਕਣ ਕਰਦਿਆਂ ਕੋਈ ਦੂਜਾ ਮਨੁੱਖ ਇਸ ਦਾ ਅੰਦਾਜ਼ਾਂ ਨਹੀਂ ਲਾ ਸਕਦਾ। ਕੋਈ ਮਨੁੱਖ ਥੋੜ੍ਹਾ ਇਮਾਨਦਾਰ ਹੋ ਸਕਦਾ ਹੈ, ਲੇਕਿਨ ਇਸ ਦੇ ਬਾਵਜੂਦ ਉਸ ਦੇ ਜੀਵਨ ਵਿਚ ਕਸ਼ਟ ਹੋ ਸਕਦੇ ਹਨ ਅਤੇ ਕੋਈ ਮਨੁੱਖ ਕੁੱਝ ਬੇਈਮਾਨ ਹੋ ਸਕਦਾ ਹੈ, ਪਰ ਇਸ ਦੇ ਬਾਵਜੂਦ ਉਹ ਅਮੀਰ ਹੋ ਸਕਦਾ ਹੈ। ਫਿਰ ਵੀ ਇਹ ਸੋਚਣਾ ਪੂਰੀ ਤਰ੍ਹਾਂ ਨਾਲ ਕੋਈ ਮਾਇਨਾ ਨਹੀਂ ਰੱਖਦਾ ਕਿ ਇਕ ਮਨੁੱਖ ਆਪਣੀ ਈਮਾਨਦਾਰੀ ਦੇ ਕਾਰਣ ਕਸ਼ਟ ਪਾ ਰਿਹਾ ਹੈ। ਅਤੇ ਕੋਈ ਦੂਜਾ ਉਸ ਦੇ ਮੁਕਾਬਲੇ ਬੇਈਮਾਨੀ ਦੇ ਕਾਰਣ ਅਮੀਰ ਬਣਿਆ। ਇਹ ਸੋਚਣਾ ਇਸ ਲਈ ਵੀ ਬੇਮਾਨੀ ਹੈ, ਕਿਉਂਕਿ ਜ਼ਿਆਦਾ ਕਰਕੇ ਇਸ ਤਰ੍ਹਾਂ ਮੰਨ ਲਿਆ ਜਾਂਦਾ ਹੈ ਕਿ ਬੇਈਮਾਨ ਆਦਮੀ ਪੂਰੀ ਤੌਰ 'ਤੇ ਭ੍ਰਸ਼ਟ ਹੈ ਅਤੇ ਈਮਾਨਦਾਰ ਆਦਮੀ ਪੂਰੀ ਤਰ੍ਹਾਂ ਨਾਲ ਨੇਕ। ਡੂੰਘੇ ਗਿਆਨ ਅਤੇ ਵਿਸਤਰਿਤ ਅਨੁਭਵ ਦੇ ਆਧਾਰ 'ਤੇ ਇਹ ਨਿਰਣਾ ਠੀਕ ਨਹੀਂ ਮੰਨਿਆ ਜਾ ਸਕਦਾ। ਈਮਾਨਦਾਰ ਵਿਅਕਤੀ ਦੇ ਮੁਕਾਬਲੇ ਬੇਈਮਾਨ ਵਿਅਕਤੀ ਵਿਚ ਵੀ ਅਜਿਹੇ ਕੁੱਝ ਸ਼ਲਾਘਾਯੋਗ ਗੁਣ ਹੋ ਸਕਦੇ ਹਨ, ਜੋ ਦੂਜੇ ਵਿਚ ਨਹੀਂ ਹਨ। ਦੂਜੇ ਪਾਸੇ, ਈਮਾਨਦਾਰ ਵਿਅਕਤੀ ਵਿਚ ਵੀ ਅਜਿਹੇ ਕੁੱਝ ਦੁਰਗੁਣ ਰੱਖਣ ਵਾਲੇ ਹੋ ਸਕਦੇ ਹਨ (ਭਾਵੇਂ ਸੁਖਮ ਹੀ ਹੋਣ), ਜੋ ਦੂਜੇ ਵਿਚ ਨਹੀਂ ਹੈ। ਈਮਾਨਦਾਰ ਵਿਅਕਤੀ ਚੰਗੇ ਵਿਚਾਰਾਂ ਅਤੇ ਕਰਮਾਂ ਦਾ ਫ਼ਲ ਪਾਉਂਦਾ ਹੈ, ਪਰ, ਆਪਣੇ ਦੁਰਗੁਣਾਂ ਭਾਵ ਖਾਮੀਆਂ ਦੇ ਚੱਲਦੇ ਕਸ਼ਟਾਂ ਦਾ ਵੀ ਅਨੁਭਵ ਕਰਦਾ ਹੈ। ਬੇਈਮਾਨ ਵਿਅਕਤੀ ਉਸੇ ਤਰ੍ਹਾਂ ਕਸ਼ਟ ਜਾਂ ਖ਼ੁਸ਼ੀ ਦਾ ਅਨੁਭਵ ਕਰਦਾ ਹੈ।

ਮਨੁੱਖੀ ਮਨ ਨੂੰ ਇਹ ਮੰਨਣਾ ਚੰਗਾ ਲੱਗਦਾ ਹੈ ਕਿ ਵਿਅਕਤੀ ਆਪਣੀ ਨੇਕੀ ਕਾਰਣ ਕਸ਼ਟ ਵਿਚ ਹੁੰਦਾ ਹੈ। ਲੇਕਿਨ, ਜਦੋਂ ਤੱਕ ਅਸੀਂ ਆਪਣੇ ਮਨ ਤੋਂ ਹਰ ਨਕਾਰਾਤਮਕ, ਕੌੜੇ ਅਤੇ ਮਾੜੇ ਵਿਚਾਰ ਨੂੰ ਕੱਢ ਨਹੀਂ ਦਿੰਦੇ ਅਤੇ ਆਪਣੀ

ਆਤਮਾ ਤੋਂ ਹਰ ਖ਼ਰਾਬ ਦਾਗ ਨੂੰ ਸਾਫ਼ ਨਹੀਂ ਕਰ ਦਿੰਦੇ, ਅਸੀਂ ਵੀ ਉਸ ਸਥਿਤੀ ਵਿਚ ਹੋ ਸਕਦੇ ਹਾਂ, ਜਿਸ ਬਾਰੇ ਅਸੀਂ ਜਾਣ ਕੇ ਐਲਾਨ ਕਰ ਸਕਦੇ ਹਾਂ ਕਿ ਸਾਡੇ ਕਸ਼ਟ, ਸਾਡੀਆਂ ਤਕਲੀਫ਼ਾਂ, ਸਾਡੇ ਚੰਗੇ ਗੁਣਾਂ ਕਾਰਨ ਨਹੀਂ ਬਲਕਿ ਮਾੜੇ ਗੁਣਾਂ ਕਾਰਨਾਂ ਕਰ ਕੇ ਹੀ ਹਨ। ਉਸ ਪਰਮ ਪੂਰਨਤਾ 'ਤੇ ਪਹੁੰਚਣ ਤੋਂ ਬਹੁਤ ਪਹਿਲੇ ਸਾਡੇ ਜੀਵਨ ਅਤੇ ਮਨ ਵਿਚ ਕਾਰਜਸ਼ੀਲ ਉਸ ਮਹਾਨ ਨਿਯਮ ਦਾ ਪਤਾ ਚੱਲ ਜਾਵੇਗਾ, ਜੋ ਕਿ ਪੂਰੀ ਤਰ੍ਹਾਂ ਨਿਆਂ-ਸੰਗਤ ਹੈ, ਜੋ ਬੁਰੇ ਦੇ ਬਦਲੇ ਚੰਗਾ ਜਾਂ ਚੰਗੇ ਦੇ ਬਦਲੇ ਬੁਰਾ ਫ਼ਲ ਨਹੀਂ ਦੇਵੇਗਾ। ਜਦੋਂ ਸਾਨੂੰ ਅਜਿਹਾ ਗਿਆਨ ਮਿਲ ਜਾਂਦਾ ਹੈ ਉਦੋਂ ਅਸੀਂ ਇਹ ਜਾਣ ਜਾਂਦੇ ਹਾਂ (ਆਪਣੇ ਪੂਰਬਲੇ ਗਿਆਨ ਤੇ ਅੰਧੇਪਨ ਨੂੰ ਦੇਖਦਿਆਂ) ਕਿ ਸਾਡਾ ਜੀਵਨ ਸਦਾ ਤੋਂ ਹੀ ਨਿਆਂ-ਸੰਗਤ ਰਿਹਾ ਹੈ ਅਤੇ ਸਾਡੇ ਪੂਰਬਲੇ ਸਾਰੇ ਅਨੁਭਵ – ਚੰਗੇ ਅਤੇ ਮਾੜੇ – ਸਾਡੇ ਵਿਕਸਿਤ ਜਾਂ ਅਵਿਕਸਿਤ ਸਵਰੂਪ ਦੇ ਹੀ ਸਿੱਧੇ ਤੌਰ 'ਤੇ ਠੀਕ ਨਤੀਜ਼ੇ ਸਨ।

ਇਹ ਇਕ ਸਦੀਵੀ ਸੱਚਾਈ ਹੈ ਕਿ ਚੰਗੇ ਵਿਚਾਰ ਅਤੇ ਕਰਮ ਕਦੇਂ ਵੀ ਮਾੜੇ ਨਤੀਜ਼ੇ ਨਹੀਂ ਦੇ ਸਕਦੇ। ਠੀਕ ਇਸੇ ਪ੍ਰਕਾਰ ਬੁਰੇ ਵਿਚਾਰ ਅਤੇ ਕਰਮ ਕਦੇਂ ਵੀ ਚੰਗੇ ਨਤੀਜ਼ੇ ਨਹੀਂ ਦੇ ਸਕਦੇ। ਇਸ ਤਰ੍ਹਾਂ ਇਕ ਅਟਲ ਸੱਚਾਈ ਇਹੀ ਕਹਿੰਦੀ ਹੈ ਕਿ ਅੰਬ ਦੇ ਦਰਖ਼ਤ ਤੋਂ ਸਾਨੂੰ ਅੰਬ ਹੀ ਮਿਲਣਗੇ, ਨਿੰਮ ਦੇ ਦਰਖ਼ਤ ਤੋਂ ਨਿੰਮ ਦਾ ਫ਼ਲ ਮਿਲਦਾ ਹੈ ਅਤੇ ਹੋਰ ਕੁੱਝ ਨਹੀਂ। ਮਨੁੱਖ ਪ੍ਰਾਕ੍ਰਿਤਕ ਜਗਤ ਵਿਚ ਰਹਿੰਦਾ ਹੈ, ਇਸ ਦੇ ਨਿਯਮਾਂ ਨੂੰ ਸਮਝਦਾ ਹੈ ਅਤੇ ਇਸ ਦੇ ਅਨੁਰੂਪ ਕੰਮ ਕਰਦਾ ਹੈ, ਲੇਕਿਨ ਇਹ ਦੁਰਭਾਗ ਹੀ ਹੈ ਕਿ ਕੁੱਝ ਹੀ ਮਨੁੱਖ ਮਾਨਸਿਕ ਤੇ ਨੈਤਿਕ ਜਗਤ 'ਚ ਇਸ ਰਹੱਸ ਨੂੰ ਸਮਝਦੇ ਹਨ। ਇਹੀ ਕਾਰਨ ਹੈ ਕਿ ਇਸ ਸਧਾਰਨ, ਸਹਿਜ ਅਤੇ ਅਟਲ ਸੱਚਾਈ ਤੋਂ ਬੇਮੁੱਖ ਹੋਣ ਵਾਲਾ ਵਿਅਕਤੀ ਇਸ ਦੇ ਅਨੁਰੂਪ ਸਿੱਟਾ ਪ੍ਰਾਪਤ ਨਹੀਂ ਕਰ ਪਾਉਂਦਾ।

ਜਦੋਂ ਤੱਕ ਅਸੀਂ ਉਤਸਾਹਿਤ, ਸਿਹਤਮੰਦ ਅਤੇ ਖ਼ੁਸ਼ਹਾਲੀ ਨੂੰ ਪ੍ਰਾਪਤ ਨਹੀਂ ਹੁੰਦੇ; ਉਦੋਂ ਤੱਕ ਇਸ ਦੇ ਇਹ ਮਾਇਨਾ ਹੈ ਕਿ ਆਂਤਰਿਕ ਤੌਰ 'ਤੇ ਸਾਡੇ ਵਿਚਾਰਾਂ ਵਿਚ ਬਹੁਤ ਵੱਡੀ ਗੜਬੜ ਹੈ।

ਕਸ਼ਟ ਜਾਂ ਪੀੜਾ ਤੁਹਾਡੇ ਵੱਲੋਂ ਗਲਤ ਦਿਸ਼ਾ ਵਿਚ ਲਗਾਏ ਗਏ ਵਿਚਾਰਾਂ ਦਾ ਸਿੱਟਾ ਹੈ। ਇਹ ਇਕ ਸੰਕੇਤ ਹੈ ਕਿ ਸਾਡਾ ਜੀਵਨ ਆਪਣੇ-ਆਪ ਨਾਲ, ਆਪਣੀ ਹੋਂਦ ਦੇ ਨਿਯਮ ਨਾਲ, ਤਾਲਮੇਲ ਨਹੀਂ ਬਿਠਾ ਪਾ ਰਿਹਾ ਹੈ। ਕਸ਼ਟ ਦਾ ਇਕਲੌਤਾ ਅਤੇ ਉੱਚਤਮ ਕਾਰਜ – ਸ਼ੁਧੀ ਕਰਨਾ – ਇਹੀ ਹੈ। ਅਤੇ ਉਹ ਸਾਰਾ ਕੁੱਝ ਜੋ ਪੂਰੀ ਤਰ੍ਹਾਂ ਬੇਕਾਰ ਅਤੇ ਅਸ਼ੁੱਧ ਹੈ, ਉਸ ਨੂੰ ਸਾੜ ਦੇਣਾ ਹੈ। ਆਪਣੇ ਉਸ ਮਨ-ਮਸਤਿਸ਼ਕ ਨੂੰ ਖ਼ਤਮ ਕਰ ਦੇਣਾ, ਜੋ ਕਸ਼ਟਾਂ ਦਾ ਕਾਰਨ ਹੁੰਦਾ ਹੈ, ਫਿਰ ਉਹ ਜੋ ਸ਼ੁਧ ਹੈ ਬਾਕੀ ਰਵ੍ਹੇਗਾ। ਇਕ ਵਾਰ ਜਦੋਂ ਸੋਨੇ ਤੋਂ ਮੈਲ ਲਹਿ ਜਾਂਦੀ ਹੈ, ਤਾਂ ਉਸ ਨੂੰ ਜਲਾਉਂਦੇ ਰਹਿਣ ਦਾ ਕੋਈ ਅਰਥ ਨਹੀਂ ਨਿਕਲਦਾ। ਇਸੇ ਤਰ੍ਹਾਂ, ਪੂਰੀ ਤਰ੍ਹਾਂ ਤੋਂ ਸ਼ੁੱਧ ਅਤੇ ਗਿਆਨ ਨਾਲ ਇਕਮਿਕ ਵਿਅਕਤੀ ਕਸ਼ਟ ਵਿਚ ਨਹੀ ਰਹਿੰਦਾ।

ਅਜਿਹੇ ਹਾਲਾਤ, ਜਿਨ੍ਹਾਂ ਤੋਂ ਅਸੀਂ ਕਸ਼ਟ ਪ੍ਰਾਪਤ ਕਰਦੇ ਹਾਂ, ਉਹ ਸਾਡੀ ਮਾਨਸਿਕ ਅਸੰਗਤ ਦਾ ਸਿੱਟਾ ਹੈ। ਅਜਿਹੇ ਹਾਲਾਤ, ਜਿਨ੍ਹਾਂ ਦੇ ਹੋਣ ਕਾਰਨ ਅਸੀਂ ਬਖ਼ਸ਼ਿਸ਼, ਆਨੰਦ ਤੇ ਉਤਸ਼ਾਹ ਨਾਲ ਭਰ ਜਾਂਦੇ ਹਾਂ, ਉਹ ਸਾਡੀ ਮਾਨਸਿਕ ਸੰਗਤੀ ਦਾ ਸਿੱਟਾ ਹੈ। ਬਖ਼ਸ਼ਿਸ਼, ਆਨੰਦ, ਉਤਸ਼ਾਹ ਇਹ ਸਾਰੇ ਮਾਨਸਿਕ ਪਵਿੱਤਰਤਾਵਾਂ ਹਨ, ਉਹ ਭੌਤਿਕ ਸੰਪਤੀਆਂ ਨਾਲ ਨਹੀਂ, ਬਲਕਿ ਸਹੀ ਵਿਚਾਰ ਅਤੇ ਉਸਦੇ ਲਈ ਅਪਣਾਏ ਗਏ ਸਪੱਸ਼ਟ ਨਜ਼ਰੀਏ ਨਾਲ ਸੰਬੰਧਤ ਹੁੰਦੀਆਂ ਹਨ। ਇਸੇ ਤਰ੍ਹਾਂ, ਸਾਡੇ ਕਸ਼ਟ ਤੇ ਕਲੇਸ਼, ਭੌਤਿਕ ਸੰਪੱਤੀ ਦੀ ਕਮੀ ਕਾਰਨ ਨਹੀਂ ਹਨ, ਬਲਕਿ ਅਨੁਚਿਤ ਵਿਚਾਰਾਂ ਨਾਲ ਸੰਬੰਧਤ ਹਨ। ਕੁੱਝ ਲੋਕ-ਦੁੱਖੀ ਅਤੇ ਅਮੀਰ-ਹੁੰਦੇ ਹਨ, ਕੁੱਝ ਲੋਕ-ਸੁੱਖੀ ਤੇ ਗਰੀਬ-ਹੁੰਦੇ ਹਨ। ਇਹ ਪਰਸਪਰ ਵਿਰੋਧਾਭਾਸੀ ਹਨ।ਪਵਿੱਤਰਤਾ ਅਤੇ ਅਮੀਰੀ ਦਾ ਮਿਲਨ ਉਦੋਂ ਹੀ ਹੋ ਪਾਉਂਦਾ ਹੈ, ਜਦੋਂ ਧਨ ਦਾ ਸਹੀ ਅਤੇ ਵਿਵੇਕ ਪੂਰਨ ਢੰਗ ਨਾਲ ਵਰਤੋ ਕੀਤੀ ਜਾਵੇ, ਉੱਥੇ ਗਰੀਬ ਜ਼ਿਆਦਾ ਕਸ਼ਟਾਂ ਨੂੰ ਉਦੋਂ ਹੀ ਪ੍ਰਾਪਤ ਹੁੰਦਾ ਹੈ, ਜਦੋਂ ਉਹ ਮਨ ਨੂੰ ਇਹ ਦਿਲਾਸਾ ਦੇਣ ਵਿਚ ਕਾਮਯਾਬ ਹੋ ਜਾਂਦਾ ਹੈ ਕਿ ਉਸ 'ਤੇ ਬਿਨਾਂ ਕਿਸੇ ਕਾਰਨ ਦੇ ਭਾਰ ਲੱਦ ਦਿੱਤਾ ਗਿਆ ਹੈ।

ਗਰੀਬੀ ਅਤੇ ਅਤਿ ਭੋਗ ਪੀੜਾ ਦੇ ਦੋ ਚਰਮ ਪਹਿਲੂ ਹਨ। ਇਹ ਦੋਨੋਂ ਹੀ ਗੈਰ-ਕੁਦਰਤੀ ਹਨ, ਅਤੇ ਦੋਵੇਂ ਹੀ ਮਨੁੱਖ ਦੀ ਮਾਨਸਿਕ ਅਸੰਤੁਲਨ ਦਾ ਸਿੱਟਾ ਹੈ। ਜਦੋਂ ਤੱਕ ਅਸੀਂ ਖ਼ੁਸ਼, ਸਿਹਤਮੰਦ ਅਤੇ ਖ਼ੁਸ਼ਹਾਲ ਨਹੀਂ ਹੁੰਦੇ, ਉਦੋਂ ਤੱਕ ਇਹ ਇਸ ਗੱਲ ਦੇ ਸੂਚਕ ਹਨ ਕਿ ਸਾਡੇ ਆਂਤਰਿਕ ਵਿਚਾਰਾਂ ਵਿਚ ਗੜਬੜੀ ਹੈ। ਖ਼ੁਸ਼ੀ, ਤੰਦਰੁਸਤੀ ਅਤੇ ਖ਼ੁਸ਼ਹਾਲੀ ਦਾ ਸੰਬੰਧ ਸਾਡੀ

ਅੰਦਰੂਨੀ ਅਤੇ ਬਾਹਰਲੀ ਪਰੀਸਥਿਤੀਆਂ ਕਾਰਨ ਹੈ। ਇਹ ਉਤਸਾਹ ਇੰਨਾਂ ਪਰੀਸਥਿਤੀਆਂ ਦੇ ਤਾਲਮੇਲ ਦਾ ਹੀ ਅੰਤਲਾ ਸਿੱਟਾ ਹੈ।

ਜਦੋਂ ਅਸੀਂ ਸ਼ਿਕਾਇਤ ਤੇ ਨਿੰਦਾ ਕਰਨਾ ਬੰਦ ਕਰਦੇ ਹੋਏ ਉਸ ਲੁੱਕੇ ਹੋਏ ਅਦਿੱਖ ਗੁੜ ਰਹੱਸ ਜਾਂ ਨਿਜਮ ਨੂੰ ਜੋ ਸਾਡੇ ਜੀਵਨ ਦਾ ਸੰਚਾਲਕ ਹੈ, ਦੀ ਖੋਜ ਵਿਚ ਜੁੱਟ ਜਾਂਦੇ ਹਾਂ ਉਦੋਂ ਅਸੀਂ ਖੁਸ਼, ਸਿਹਤਮੰਦ ਅਤੇ ਖੁਸ਼ਹਾਲ ਹੋਣਾ ਸ਼ੁਰੂ ਹੋ ਜਾਂਦੇ ਹਾਂ। ਇਕ ਵਾਰ ਜਦੋਂ ਅਸੀਂ ਆਪਣੇ ਮਨ ਵਿਚ ਇਸ ਨਿਜਮ ਨੂੰ ਸੰਚਾਲਿਤ ਕਰਨ ਦੇ ਗੁਣ ਅਪਣਾ ਲੈਂਦੇ ਹਾਂ, ਉਦੋਂ ਅਸੀਂ ਦੂਜਿਆਂ 'ਤੇ ਸਾਡੇ ਲਈ ਉਤਪੰਨ ਕੀਤੇ ਜਾਣ ਵਾਲੇ ਕਸ਼ਟਾਂ ਦਾ ਦੋਸ਼ ਦੇਣਾ ਬੰਦ ਕਰ ਦਿੰਦੇ ਹਾਂ। ਅਸੀਂ ਹਾਲਾਤਾਂ 'ਤੇ ਚੀਕਣਾ ਬੰਦ ਕਰਦੇ ਹੋਏ ਆਪਣੇ ਤੇਜ਼ ਵਿਕਾਸ ਲਈ ਆਪਣੇ ਅੰਦਰ ਲੁੱਕੀਆਂ ਹੋਈਆਂ ਸ਼ਕਤੀਆਂ ਤੇ ਸੰਭਾਵਨਾਵਾਂ ਨੂੰ ਇਕ ਅਨਮੋਲ ਅਤੇ ਅਚੂਕ ਸਾਧਨ ਦੇ ਤੌਰ 'ਤੇ ਵਰਤਣਾ ਸ਼ੁਰੂ ਕਰ ਦਿੰਦੇ ਹਾਂ।

ਅਸੀਂ ਆਪਣੀਆਂ ਪਰੀਸਥਿਤੀਆਂ ਦੀ ਪਰਤੱਖ ਤੌਰ 'ਤੇ ਚੋਣ ਨਹੀਂ ਕਰਦੇ, ਬਲਕਿ ਆਪਣੇ ਵਿਚਾਰਾਂ ਦੀ ਚੋਣ ਕਰਦੇ ਹਾਂ।

ਅਨਿਆਂ ਨਹੀਂ ਨਿਆਂ, ਭ੍ਰਿਸ਼ਟਾਚਾਰ ਨਹੀਂ ਸਦਾਚਾਰ, ਇਹੀ ਸ੍ਰਿਸ਼ਟੀ ਦਾ ਪ੍ਰਬਲ ਸਿਧਾਂਤ ਹੈ ਅਤੇ ਇਹੀ ਸੰਸਾਰ ਨੂੰ ਢਾਲਣ ਤੇ ਚਲਾਉਣ ਵਾਲੀਆਂ ਸ਼ਕਤੀਆਂ ਹਨ। ਇਸ ਦਾ ਸਪੱਸ਼ਟ ਤੌਰ 'ਤੇ ਅਰਥ ਇਹ ਹੈ ਕਿ ਮਨੁੱਖ ਨੂੰ ਸਿਰਫ਼ ਆਪਣੇ-ਆਪ ਨੂੰ ਹੀ ਸਹੀ ਕਰਨਾ ਹੈ ਅਤੇ ਉਸ ਤੋਂ ਬਾਅਦ ਉਹ ਦੇਖੇਗਾ ਕਿ ਸੰਸਾਰ ਆਪਣੇ ਆਪ ਹੀ ਸਹੀ ਹੋ ਗਿਆ ਹੈ। ਜੇਕਰ ਕਿਸੇ ਨੇ ਆਪਣੀਆਂ ਅੱਖਾਂ 'ਤੇ ਕਾਲਾ ਚਸ਼ਮਾ ਲਾ ਰੱਖਿਆ ਹੈ, ਤਾਂ ਉਸ ਨੂੰ ਸੰਸਾਰ ਕਾਲਾ ਹੀ ਨਜ਼ਰ ਆਵੇਗਾ। ਜੇਕਰ ਸਾਡਾ ਸੰਸਾਰ ਨੂੰ ਦੇਖਣ ਦਾ ਨਜ਼ਰੀਆ ਦੋਸ਼ਪੂਰਨ ਹੋਵੇਗਾ, ਤਾਂ ਸੰਸਾਰ ਵੀ ਸਾਨੂੰ ਦੋਸ਼ਪੂਰਨ ਹੀ ਨਜ਼ਰ ਆਵੇਗਾ। ਜਿਸ ਵੀ ਸਮੇਂ ਅਸੀਂ ਆਪਣੇ ਨਜ਼ਰੀਏ ਅਤੇ ਵਿਚਾਰਾਂ ਵਿਚ ਬਦਲਾਅ ਕਰ ਲੈਂਦੇ ਹਾਂ, ਉਸੇ ਸਮੇਂ

ਸੰਸਾਰ ਅਤੇ ਉਸ ਵਿਚ ਵਾਪਰਨ ਵਾਲੀਆਂ ਘਟਨਾਵਾਂ ਵਿਚ ਵੀ ਅਚਨਚੇਤ ਬਦਲਾਅ ਆ ਜਾਂਦਾ ਹੈ।

ਚੰਗੇ ਵਿਚਾਰ ਅਤੇ ਕੰਮ ਕਦੇ ਵੀ ਨਕਾਰਾਤਮਕ ਸਿੱਟਾ
ਨਹੀਂ ਦੇ ਸਕਦੇ, ਉਸੇ ਤਰ੍ਹਾਂ ਹੀ ਨਕਾਰਾਤਮਕ ਵਿਚਾਰ
ਅਤੇ ਕੰਮਾਂ ਤੋਂ ਤੁਸੀਂ ਕਦੇ ਵੀ ਚੰਗੇ ਸਿੱਟਿਆਂ ਦੀ
ਆਸ ਨਹੀਂ ਕਰ ਸਕਦੇ।

ਸੰਸਾਰ ਦੇ ਹਰ ਇਕ ਵਿਅਕਤੀ ਵਿਚ ਇਸ ਸੱਚਾਈ ਦਾ ਪ੍ਰਮਾਣ ਜਾਂ ਸਬੂਤ ਮੌਜੂਦ ਹੈ। ਇਸ ਨੂੰ ਨਿਯਮਤ ਆਤਮ-ਪਰੀਖਣ ਤੇ ਆਤਮ-ਵਿਸ਼ਲੇਸ਼ਣ ਦੇ ਸਰਲ ਮੁੱਲਾਂਕਣ ਰਾਹੀਂ ਜਾਣਿਆ ਅਤੇ ਸਮਝਿਆ ਜਾ ਸਕਦਾ ਹੈ। ਜੇਕਰ ਅਸੀਂ ਮੁੱਢਲੇ ਤੌਰ 'ਤੇ ਕੀਤੇ ਗਏ ਆਪਣੇ ਵਿਚਾਰਾਂ ਦੇ ਬਦਲਾਵਾਂ ਨੂੰ ਦੇਖੀਏ ਤਾਂ ਅਸੀਂ ਆਪਣੇ ਭੌਤਿਕ ਜੀਵਨ ਦੀਆਂ ਵੱਖ-ਵੱਖ ਪਰੀਸਥਿਤੀਆਂ ਵਿਚ ਆਏ ਅਚਨਚੇਤ ਬਦਲਾਅ ਨੂੰ ਦੇਖ ਕੇ ਹੈਰਾਨ ਰਹਿ ਜਾਵਾਂਗੇ। ਇਸ ਕਾਇਆ-ਕਲਪ ਤੋਂ ਬਾਅਦ ਸਾਨੂੰ ਇੰਝ ਲੱਗ ਸਕਦਾ ਹੈ ਕਿ ਅਸੀਂ ਆਪਣੇ ਇਸ ਅਨੋਖੇ ਵਿਚਾਰਾਂ ਨੂੰ ਗੁਪਤ ਰੱਖ ਸਕਦੇ ਹਾਂ, ਲੇਕਿਨ ਇਸ ਤਰ੍ਹਾਂ ਹੈ ਨਹੀਂ, ਬਲਕਿ ਇਹ ਖ਼ੁਸ਼ਕਿਸਮਤੀ ਨਾਲ ਛੇਤੀ ਹੀ ਸਾਡੀ ਆਦਤ 'ਚ ਬਦਲ ਜਾਂਦਾ ਹੈ ਅਤੇ ਇਹੀ ਆਦਤਾਂ ਪਰੀਸਥਿਤੀਆਂ ਦਾ ਰੂਪ ਧਾਰਨ ਕਰ ਲੈਂਦੀਆਂ ਹਨ। ਪਸ਼ੂਆਂ ਵਰਗੇ ਨਿਕ੍ਰਿਸ਼ਟ ਵਿਚਾਰ ਤੇ ਨਸ਼ੇ ਦਾ ਸੇਵਨ ਕਰਨਾ ਹੌਲੀ-ਹੌਲੀ ਆਦਤ ਬਣ ਜਾਂਦੇ ਹਨ, ਅਤੇ ਇਹੀ ਆਦਤਾਂ ਨਤੀਜ਼ੇ ਕਾਰਨ ਵਿਅਕਤੀ ਦੇ ਕਸ਼ਟ, ਪੀੜਾ ਅਤੇ ਗ਼ਰੀਬੀ ਦਾ ਰੂਪ ਧਾਰ ਲੈਂਦੀਆਂ ਹਨ। ਵਿਅਕਤੀ ਦੇ ਇਹ ਵਿਨਾਸ਼ਕਾਰੀ ਵਿਚਾਰ ਆਪਣੇ-ਆਪ ਨੂੰ ਉਲਝਾਉਣ ਵਾਲੀ ਥਕਾਊ ਆਦਤਾਂ ਬਣ ਜਾਂਦੀਆਂ ਹਨ, ਜੋ ਸਾਡੇ ਨਿਸ਼ਾਨੇ ਤੋਂ ਸਾਡਾ ਧਿਆਨ ਭੰਗ ਕਰਨ ਵਾਲੀ ਅਤੇ ਵਿਪਰੀਤ ਪਰੀਸਥਿਤੀਆਂ ਨੂੰ ਆਕਾਰ ਦੇਣ ਵਾਲੀਆਂ ਹੁੰਦੀਆ ਹਨ। ਡਰ, ਸੰਸ਼ਿਆਂ ਅਤੇ ਅਨਿਰਣਾਇਕ ਵਿਚਾਰ ਕਮਜ਼ੋਰ ਤੇ ਬੇਮੈਲ ਆਦਾਤਾਂ ਦਾ ਰੂਪ ਧਾਰ ਲੈਂਦੀਆ ਹਨ, ਜੋ ਅਸਫਲਤਾ, ਗ਼ਰੀਬੀ ਅਤੇ ਦੂਜਿਆਂ'ਤੇ ਭਾਰ

ਪਾਉਣ ਵਾਲੀਆਂ ਪਰੀਸਥਿਤੀਆਂ ਦਾ ਰੂਪ ਵਿਚ ਆਕਾਰ ਲੈਂਦੀਆਂ ਹਨ। ਆਲਸੀ ਵਿਚਾਰ, ਬੇਈਮਾਨੀ ਅਤੇ ਗੰਦਗੀ ਦਾ ਰੂਪ ਧਾਰ ਲੈਂਦੇ ਹਨ, ਜੋ ਗ਼ਰੀਬੀ ਤੇ ਪਤਨ ਦਾ ਆਕਾਰ ਲੈ ਲੈਂਦੀਆ ਹਨ। ਘਿਰਨਿਤ ਤੇ ਸਜ਼ਾ ਯੋਗ ਵਿਚਾਰ ਹਿੰਸਾ ਅਤੇ ਦੋਸ਼ਦੇਣਾ, ਆਦਤ ਦਾ ਰੂਪ ਲੈ ਲੈਂਦੇ ਹਨ, ਜੋ ਸੱਟ ਲੱਗਣ ਤੇ ਸਜ਼ਾ ਮਿਲਣ ਵਾਲੀਆਂ ਸਥਿਤੀਆਂ ਨੂੰ ਆਕਾਰ ਦਿੰਦੇ ਹਨ। ਹਰ ਤਰ੍ਹਾਂ ਦੇ ਸੁਆਰਥੀ ਵਿਚਾਰ ਕੇਵਲ ਸੁਆਰਥੀਪਨੇ ਨੂੰ ਹੀ ਜਨਮ ਦਿੰਦੇ ਹਨ, ਜੋ ਉਨ੍ਹਾਂ ਪਰੀਸਥਿਤੀਆਂ ਦਾ ਨਿਰਮਾਣ ਕਰ ਦੇ ਹਨ, ਜੋ ਵਿਅਕਤੀ ਲਈ ਦੁੱਖਦਾਈ ਹੁੰਦੀਆਂ ਹਨ।ਜੇਕਰ ਅਸੀਂ ਇਸ ਦੇ ਦੂਜੇ ਪੱਖ ਨੂੰ ਦੇਖੀਏ, ਤਾਂ ਚੰਗੇ ਵਿਚਾਰ, ਰਹਿਮਤਾਂ ਅਤੇ ਚੰਗਿਆਈ ਉਤਸਾਹ ਦਾ ਰੂਪ ਧਾਰਣ ਕਰ ਲੈਂਦੀਆ ਹਨ, ਜੋ ਪਿਆਰ ਅਤੇ ਸੁੱਖਦਾਈ ਸਥਿਤੀਆਂ ਨੂੰ ਆਕਾਰ ਦਿੰਦੀਆਂ ਹਨ। ਰਚਨਾਤਮਕ ਵਿਚਾਰ, ਆਤਮ ਸੰਜਮ ਅਤੇ ਸੰਤੁਲਿਤ ਮਨ ਦਾ ਰੂਪ ਲੈਂਦੇ ਹਨ। ਜੋ ਸ਼ਾਂਤੀ ਅਤੇ ਵਿਸ਼੍ਰਾਂਤੀ ਦੀ ਪਰਿਸਥਿਤੀ ਨੂੰ ਆਕਾਰ ਦਿੰਦੇ ਹਨ। ਹਿੰਮਤ, ਆਤਮ-ਨਿਰਭਰਤਾ ਦੇ ਵਿਚਾਰ ਮਜ਼ਬੂਤ ਅਤੇ ਫਲਦਾਈ ਆਦਤਾਂ ਦਾ ਰੂਪ ਲੈਂਦੇ ਹਨ, ਜੋ ਸਫਲਤਾ, ਭਰਪੂਰਤਾ ਅਤੇ ਮੁਕਤੀ ਦੀ ਪਰੀਸਥਿਤੀਆਂ ਨੂੰ ਆਕਾਰ ਦਿੰਦੇ ਹਨ।

ਜਿਵੇਂ ਹੀ ਅਸੀਂ ਆਪਣੇ ਸੁਆਰਥੀ ਤੇ ਵਿਨਾਸ਼ਕਾਰੀ ਵਿਚਾਰਾਂ ਦਾ ਤਿਆਗ ਕਰਦੇ ਹਾਂ, ਉਵੇਂ ਹੀ ਇਹ ਪੂਰੀ ਕਾਇਨਾਤ ਸਾਡੇ ਪ੍ਰਤੀ ਕੋਮਲ ਭਾਵ ਨੂੰ ਸਮੇਟਦਿਆਂ ਸਾਡੇ ਵੱਲ ਵੱਧਣ ਲੱਗਦੀ ਹੈ ਅਤੇ ਸਾਡੀ ਸਹਾਇਤਾ ਕਰਨ ਨੂੰ ਤਿਆਰ ਹੋ ਜਾਂਦੀ ਹੈ।

ਊਰਜਾ ਨਾਲ ਭਰਪੂਰ ਵਿਚਾਰ ਚੰਗੀਆਂ ਤੇ ਅਗਾਂਹ ਵਾਧੂ ਆਦਤਾਂ ਨੂੰ ਜਨਮ ਦਿੰਦੇ ਹਨ। ਕੋਮਲ ਤੇ ਖਿਮਾ ਕਰਨ ਵਾਲੇ ਵਿਚਾਰ, ਕੋਮਲਤਾ ਦੀ ਆਦਤ ਦਾ ਰੂਪ ਲੈਂਦੇ ਹਨ, ਜੋ ਸੁਰੱਖਿਅਤ ਤੇ ਸਿਹਤਮੰਦ ਪਰੀਸਥਿਤੀਆਂ ਨੂੰ ਆਕਾਰ

ਦਿੰਦੀਆਂ ਹਨ। ਪਿਆਰ ਕਰਨ ਵਾਲੇ ਤੇ ਨਿਸੁਆਰਥ ਵਿਚਾਰ, ਦੂਜਿਆਂ ਲਈ ਆਪਣੇ-ਆਪ ਨੂੰ ਭੁੱਲ ਜਾਣ ਦੀ ਆਦਤ ਦਾ ਰੂਪ ਲੈਂਦੇ ਹਨ ਜੋ ਨਿਸ਼ਚਿਤ ਅਤੇ ਸਥਾਈ ਭਰਪੂਰਤਾ ਤੇ ਸੱਚੀ ਖੁਸ਼ਹਾਲੀ ਦੀ ਪਰੀਸਥਿਤੀਆਂ ਨੂੰ ਆਕਾਰ ਦਿੰਦੇ ਹਨ।

ਲੰਮੇ ਸਮੇਂ ਤੱਕ ਇਕੋ ਹੀ ਤਰੀਕੇ ਦੀ ਵਿਚਾਰਧਾਰਾ, ਭਾਵੇਂ ਉਹ ਚੰਗੀ ਹੋਵੇ ਜਾਂ ਮਾੜੀ, ਚਰਿੱਤਰਾਂ ਤੇ ਪਰੀਸਥਿਤੀਆਂ 'ਤੇ ਆਪਣਾ ਪ੍ਰਭਾਵ ਜ਼ਰੂਰ ਛੱਡਦੀ ਹੈ। ਯਕੀਨਨ ਅਸੀਂ ਆਪਣੀ ਪਰੀਸਥਿਤੀਆਂ ਨੂੰ ਪਰਤੱਖ ਤੌਰ 'ਤੇ ਚੁਣ ਨਹੀਂ ਸਕਦੇ, ਪਰ, ਆਪਣੇ ਵਿਚਾਰਾਂ ਦੀ ਚੋਣ ਕਰ ਸਕਦੇ ਹਾਂ, ਅਤੇ ਇਹ ਇਕ ਛੋਟਾ ਜਿਹਾ ਬਦਲਾਅ ਅਪਰਤੱਖ ਤੌਰ 'ਤੇ ਨਿਸ਼ਚਿਤ ਹੀ ਸਾਡੇ ਵਲੋਂ ਸੋਚੇ ਗਏ ਹਾਲਾਤਾਂ ਨੂੰ ਆਕਾਰ ਦੇ ਸਕਦਾ ਹੈ।

ਜੋ ਮਨੁੱਖ ਆਪਣੇ ਵਿਚਾਰਾਂ ਨੂੰ ਆਪਣੇ ਉਦੇਸ਼ਾਂ ਨਾਲ ਜੋੜਦੇ ਹਨ, ਉਹ ਆਪਣੀ ਮਾਨਸਿਕ ਸ਼ਕਤੀ ਦੇ ਜਾਗਰੂਕ ਅਤੇ ਬੁੱਧੀਮਾਨ ਸ਼ਾਸਕ ਬਣ ਜਾਂਦੇ ਹਨ।

ਪ੍ਰਕਿਰਤੀ ਸਾਡੇ ਨਾਲ ਅਤੇ ਸਾਡੇ ਮਾਧਿਅਮ ਰਾਹੀਂ ਹੀ ਕੰਮ ਕਰਦੀ ਹੈ, ਜਿਸ ਨਾਲ ਕਿ ਅਸੀਂ ਉਨਾਂ ਵਿਚਾਰਾਂ ਦਾ ਆਨੰਦ ਮਾਣ ਸਕੀਏ, ਜਿਨ੍ਹਾਂ ਦੀ ਅਸੀਂ ਆਪਣੇ ਅੰਦਰ ਪਾਲਨਾ ਕਰਦੇ ਹਾਂ। ਪ੍ਰਕਿਰਤੀ ਦੁਆਰਾ ਅਜਿਹੇ ਮੌਕਿਆਂ ਦੀ ਨਿਰੰਤਰ ਪੇਸ਼ਕਸ਼ ਕੀਤੀਆਂ ਜਾਂਦੀਆਂ ਹਨ ਜੋ ਬੁਰੇ ਜਾਂ ਵਿਨਾਸ਼ਕਾਰੀ ਵਿਚਾਰਾਂ ਨੂੰ ਧਰਾਤਲ 'ਤੇ ਲੈ ਆਉਂਦੇ ਹਨ।

ਜਿਵੇਂ ਹੀ ਅਸੀਂ ਆਪਣੇ ਘਿਰਨਿਤ ਤੇ ਵਿਨਾਸ਼ਕਾਰੀ ਵਿਚਾਰਾਂ ਨੂੰ ਤਿਆਗਦੇ ਹਾਂ, ਸਾਰਾ ਸੰਸਾਰ ਸਾਡੇ ਪ੍ਰਤੀ ਕੋਮਲ ਹੋ ਕੇ ਸਾਡੀ ਮਦਦ ਕਰਨ ਨੂੰ ਤਿਆਰ ਹੋ ਜਾਂਦਾ ਹੈ, ਜਿਵੇਂ ਹੀ ਅਸੀਂ ਆਪਣੇ ਕਮਜ਼ੋਰ ਤੇ ਪਲੀਤ ਵਿਚਾਰਾਂ ਨੂੰ ਦੂਰ ਕਰਦੇ ਹਾਂ, ਹਰ ਪਾਸਿਓ ਅਜਿਹੇ ਮੌਕੇ ਆਉਣ ਲੱਗਦੇ ਹਨ, ਜਿਨ੍ਹਾਂ ਰਾਹੀਂ ਸਾਡੇ ਮਜ਼ਬੂਤ ਸੰਕਲਪ ਨੂੰ ਮਦਦ ਮਿਲੇ। ਜਿਵੇਂ ਹੀ ਅਸੀਂ ਚੰਗੇ ਵਿਚਾਰਾਂ ਨੂੰ

ਵਾਧਾ ਦਿੰਦੇ ਹਾਂ, ਤਾਂ ਕੋਈ ਵੀ ਦੁਰਭਾਗ ਸਾਨੂੰ ਸ਼ਰਮ ਅਤੇ ਕਸ਼ਟਾਂ ਨਾਲ ਘੇਰਦਾ ਨਹੀਂ ਹੈ। ਸੰਸਾਰ ਸਾਡੇ ਅੰਦਰ ਨਿਰਮਿਤ ਹੋਏ ਇਸ ਬਹੁਰੂਪ ਨੂੰ ਦਿਖਾਉਣ ਵਾਲਾ ਕਲਾਇਡੋਸਕੋਪ ਹੈ, ਅਤੇ ਹਰ ਪਲ ਉਹ ਵਿਭਿੰਨ ਰੰਗਾਂ ਨੂੰ ਪੇਸ਼ ਕਰਦਾ ਹੈ, ਜੋ ਕਿ ਸਾਡੇ ਨਿਰੰਤਰ ਉਭਰਦੇ ਵਿਚਾਰਾਂ ਦੇ ਅਦਭੁੱਤ ਚਿੱਤਰ ਹਨ।

"ਇਸ ਲਈ ਤੁਸੀਂ ਉਹ ਹੋਵੋਗੇ ਜੋ ਤੁਸੀਂ ਬਣਨਾ ਚਾਹੁੰਦੇ ਹੋ;
ਅਸਫਲਤਾ ਨੂੰ ਇਸ ਦੀ ਗਲਤ ਸਮੱਗਰੀ ਨੂੰ ਉਸ ਮਾੜੇ ਸ਼ਬਦ,
'ਵਾਤਾਵਰਣ ਵਿਚ ਲੱਭਣ ਦਿਓ, ਪਰ
ਆਤਮਾ ਇਸ ਨੂੰ ਨਿੰਦਦੀ ਹੈ, ਅਤੇ ਉਹ ਸੁੰਤਤਰ ਹੈ।"

ਇਹ ਸਮੇਂ 'ਤੇ ਮੁਹਾਰਤ ਹਾਸਲ ਕਰਦਾ ਹੈ, ਇਹ ਪੁਲਾੜ ਨੂੰ ਜਿੱਤ ਲੈਂਦਾ ਹੈ; ਇਹ ਉਸ ਸ਼ੇਖੀਬਾਜ਼ ਚਾਲਬਾਜ਼, ਮੌਕਾ ਨੂੰ ਡਰਾਉਂਦਾ ਹੈ, ਅਤੇ ਜ਼ਾਲਮ ਹਾਲਾਤਾਂ ਨੂੰ ਗੱਦੀ 'ਤੋਂ ਲਾਹੁਣ ਦੀ ਬੋਲੀ ਲਾਉਂਦਾ ਹੈ, ਅਤੇ ਇਕ ਨੌਕਰ ਦੀ ਜਗ੍ਹਾ ਭਰਦਾ ਹੈ।"

"ਮਨੁੱਖੀ ਇੱਛਾ, ਉਹ ਸ਼ਕਤੀ ਅਣਦੇਖੀ,
ਇੱਕ ਮੌਤ ਰਹਿਤ ਆਤਮਾ ਦੀ ਔਲਾਦ,
ਕਿਸੇ ਵੀ ਟੀਚੇ ਲਈ ਰਾਹ ਕੱਢ ਸਕਦੇ ਹੋ,
ਹਾਲਾਂਕਿ ਗ੍ਰੇਨਾਈਟ ਦੀਆਂ ਕੰਧਾਂ ਦਖਲ ਦੇਣਗੀਆਂ।"

"ਦੇਰੀ ਹੋਣ 'ਤੇ ਬੇਚੈਨ ਨਾ ਹੋਵੇ
ਪਰ ਇੰਤਜ਼ਾਰ ਕਰੋ ਜਿਵੇਂ ਉਹ ਸਮਝਦਾ ਹੈ;
ਜਦੋਂ ਆਤਮਾ ਜਾਗਦੀ ਅਤੇ ਆਦੇਸ਼ ਦਿੰਦੀ ਹੈ
ਦੇਵਤੇ ਮੰਨਣ ਲਈ ਤਿਆਰ ਰਹਿੰਦੇ ਹਨ।"

3

ਵਿਚਾਰ ਦਾ ਸਿਹਤ ਅਤੇ
ਸਰੀਰ 'ਤੇ ਪ੍ਰਭਾਵ

ਸਰੀਰ ਮਨ ਦਾ ਸੇਵਕ ਹੈ। ਇਹ ਮਨ ਦੇ ਆਦੇਸ਼ਾਂ ਦੀ ਪਾਲਨਾ ਕਰਦਾ ਹੈ, ਭਾਵੇਂ ਉਹ ਆਦੇਸ਼ ਸੋਚ-ਸਮਝ ਕੇ ਦਿੱਤੇ ਗਏ ਹੋਣ ਜਾਂ ਫਿਰ ਉਹ ਆਪ ਹੀ ਪ੍ਰਗਟ ਹੋਏ ਹੋਣ। ਸਰੀਰ ਸੇਵਾ ਦੀ ਪ੍ਰਕਿਰਤੀ ਵਿਚ ਬੰਨ੍ਹਿਆ ਹੋਇਆ ਹੈ, ਇਹ ਆਦੇਸ਼ਾਂ ਨੂੰ ਨਜ਼ਰ-ਅੰਦਾਜ਼ ਨਹੀਂ ਕਰ ਸਕਦਾ। ਮਨੁੱਖੀ ਸਰੀਰ ਪਲੀਤ ਵਿਚਾਰਾਂ ਕਰਕੇ ਛੇਤੀ ਹੀ ਬੀਮਾਰੀ ਕਾਰਨ ਕਮਜ਼ੋਰ ਹੋ ਕੇ ਪਤਨ ਵੱਲ ਵੱਧਣ ਲੱਗਦਾ ਹੈ। ਮਨ ਨੂੰ ਖ਼ੁਸ਼ੀਆਂ ਨਾਲ ਭਰਪੂਰ ਅਤੇ ਸੋਹਣੇ ਵਿਚਾਰ ਪ੍ਰਾਪਤ ਹੁੰਦੇ ਹਨ, ਤਾਂ ਇਹ ਇਸ ਆਗਿਆ ਦਾ ਪਾਲਨ ਕਰਦੇ ਹੋਏ ਸਰੀਰ ਨੂੰ ਜੁਆਨੀ ਅਤੇ ਸੁੰਦਰਤਾ ਨਾਲ ਪਹਿਰਾਵਾ ਬਣਨਾ ਸ਼ੁਰੂ ਕਰ ਦਿੰਦਾ ਹੈ।

ਪਰੀਸਥਿਤੀਆਂ ਵਾਂਗ ਹੀ ਬਿਮਾਰੀ ਅਤੇ ਸਿਹਤ ਦੀ ਜੜਾਂ ਵੀ ਵਿਚਾਰਾਂ 'ਚ ਸ਼ਾਮਿਲ ਹੁੰਦੀਆਂ ਹਨ। ਬਿਮਾਰੀ ਨਾਲ ਪੀੜਤ ਵਿਚਾਰ ਆਪਣੇ-ਆਪ ਨੂੰ ਬੀਮਾਰ ਸਰੀਰ ਰਾਹੀਂ ਪ੍ਰਗਟ ਕਰਗੇ। ਇਹੋ ਜਿਹਾ ਪਾਇਆ ਗਿਆ ਹੈ ਕਿ ਡਰ ਦੇ ਵਿਚਾਰ ਵਿਅਕਤੀ ਨੂੰ ਉੱਨੀ ਹੀ ਛੇਤੀ ਮਾਰ ਦਿੰਦੇ ਹਨ, ਜਿੰਨਾ ਕਿ ਬੰਦੂਕ ਦੀ ਕਿਸੇ ਗੋਲੀ ਜਾਂ ਕੋਈ ਹੋਰ ਹਥਿਆਰ, ਅਤੇ ਇਹ ਡਰ ਵਿਆਪੀ ਵਿਚਾਰ ਹਜ਼ਾਰਾਂ ਦੀ ਗਿਣਤੀ ਵਿਚ ਲੋਕਾਂ ਨੂੰ ਨਿਰੰਤਰ ਇਸ ਤਰ੍ਹਾਂ, ਪਰ,

35

ਹੌਲੀ-ਹੌਲੀ ਮਾਰ ਰਿਹਾ ਹੈ। ਅਜਿਹੇ ਵਿਅਕਤੀ ਜੋ ਕਿਸੇ ਨਾ ਕਿਸੇ ਬਿਮਾਰੀ ਦੇ ਹੋ ਜਾਣ ਦੇ ਡਰ ਵਿਚ ਜਿਉਂਦੇ ਹਨ, ਆਮ ਕਰਕੇ ਉਨ੍ਹਾਂ ਨੂੰ ਉਹੀ ਬਿਮਾਰੀ ਫੜ੍ਹਦੀ ਹੈ। ਚਿੰਤਤ ਵਿਚਾਰ ਭਾਵ ਚਿੰਤਾ ਬੜੀ ਛੇਤੀ ਹੀ ਪੂਰੇ ਸਰੀਰ ਨੂੰ ਨਿਰਉਤਸਾਹਿਤ ਕਰਦੀ ਹੈ ਅਤੇ ਸਰੀਰ ਨੂੰ ਰੋਗ ਦੇ ਦਾਖਲ ਹੋਣ ਲਈ ਕਮਜ਼ੋਰ ਬਣਾ ਦਿੰਦੀ ਹੈ। ਗਲਤ ਵਿਚਾਰ ਭਾਵੇਂ ਸਰੀਰਕ ਤੌਰ 'ਤੇ ਹਮਲਾ ਨਾ ਕਰੇ, ਪਰ ਮਨ ਅਤੇ ਮਸਤਿਸ਼ਕ 'ਤੇ ਇਨ੍ਹਾਂ ਦਾ ਬੜਾ ਡੂੰਘਾ ਅਸਰ ਹੁੰਦਾ ਹੈ।

ਚਿੰਤਤ ਵਿਚਾਰ, ਚੰਗੇ ਵਿਚਾਰਾਂ ਵਾਂਗ ਹੀ ਬਹੁਤ ਛੇਤੀ ਹੀ ਕਿਰਿਆ ਕਰਨਾ ਸ਼ੁਰੂ ਕਰ ਦਿੰਦੇ ਹਨ ਅਤੇ ਸਾਰੇ ਸ਼ਰੀਰ ਨੂੰ ਨਿਰਉਤਸ਼ਾਹਿਤ ਕਰਦੇ ਹੋਏ ਉਸ ਅੰਦਰ ਬੀਮਾਰੀਆਂ ਨੂੰ ਦਾਖ਼ਲ ਹੋਣ ਲਈ ਅਨੁਕੂਲ ਬਣਾ ਦਿੰਦੇ ਹਨ।

ਮਜ਼ਬੂਤ, ਸ਼ੁੱਧ ਅਤੇ ਖੁਸ਼ਹਾਲ ਵਿਚਾਰ ਸਰੀਰ ਨੂੰ ਜੋਸ਼ ਅਤੇ ਸਕਾਰਾਤਮਕ ਊਰਜਾ ਨਾਲ ਭਰ ਦਿੰਦੇ ਹਨ। ਸਰੀਰ ਨਾਜ਼ੁਕ ਅਤੇ ਛੇਤੀ ਢੱਲਣ ਵਾਲਾ ਸੰਦ ਹੈ, ਅਤੇ ਉਨ੍ਹਾਂ ਸਾਰੇ ਵਿਚਾਰਾਂ 'ਤੇ ਤਤਪਰਤਾ ਨਾਲ ਪ੍ਰਤੀਕਿਰਿਆ ਕਰਦਾ ਹੈ, ਜੋ ਉਸ 'ਤੇ ਆਪਣਾ ਪ੍ਰਭਾਵ ਜਮਾਉਂਦੇ ਹਨ। ਇਹ ਸਾਰੇ ਵਿਚਾਰ ਆਦਤ ਦੇ ਤੌਰ 'ਤੇ ਸਰੀਰ 'ਤੇ ਉਨ੍ਹਾਂ ਦਾ ਪ੍ਰਭਾਵ ਛੱਡਣਗੇ, ਭਾਵੇਂ ਉਹ ਚੰਗੇ ਹੋਣ ਜਾਂ ਮਾੜੇ।

ਖਾਣ ਦੀ ਸ਼ੈਲੀ ਵਿਚ ਜਿਸ ਨੇ ਵੀ ਸਕਾਰਾਤਮਕ ਬਦਲਾਅ ਨਹੀਂ ਕੀਤੇ ਹਨ, ਉਨ੍ਹਾਂ ਦੇ ਵਿਚਾਰ ਵੀ ਉਨ੍ਹਾਂ ਦੀ ਮਦਦ ਨਹੀਂ ਕਰਨਗੇ। ਖਾਣ ਦੀ ਸ਼ੈਲੀ ਵੀ ਵਿਚਾਰਾਂ ਦੀ ਪਾਲਨਾ ਕਰਦੀ ਹੈ।

ਜਦੋਂ ਤੱਕ ਵਿਅਕਤੀ ਦੇ ਮਨ-ਮਸਤਿਸ਼ਕ ਵਿਚ ਅਸ਼ੁੱਧ ਤੇ ਰੋਗੀ ਵਿਚਾਰਾਂ ਦਾ ਪ੍ਰਵਾਹ ਰਵ੍ਹੇਗਾ, ਉਦੋਂ ਤੱਕ ਉਨ੍ਹਾਂ ਵਿਚ ਉਸੇ ਦੇ ਅਨੁਰੂਪ ਅਸ਼ੁੱਧ ਤੇ ਰੋਗੀ ਲਹੂ ਪ੍ਰਵਾਹਿਤ ਰਵ੍ਹੇਗਾ। ਸਿਹਤ ਹਿਰਦੇ ਤੋਂ ਸ਼ੁੱਧ ਜੀਵਨ ਤੇ ਸ਼ੁੱਧ ਸਰੀਰ ਉਤਪੰਨ ਹੁੰਦਾ ਹੈ। ਪਲੀਤ ਮਨ ਤੋਂ ਰੋਗੀ/ਪਲੀਤ ਜੀਵਨ ਅਤੇ ਅਸ਼ੁੱਧ ਸਰੀਰ ਹੀ ਜਨਮ ਲੈਂਦਾ ਹੈ। ਮਨ ਅਤੇ ਮਸਤਿਸ਼ਕ, ਵਿਚਾਰਾਂ ਦਾ, ਕਰਮਾਂ ਦਾ ਅਤੇ ਜੀਵਨ ਨੂੰ ਉਤਸਾਹ ਨਾਲ ਪ੍ਰਗਟ ਕਰਨ ਦਾ ਮੁੱਢਲਾ ਸੋਮਾ ਹੈ। ਜੇ ਅਸੀਂ ਸੋਮੇ ਨੂੰ ਸ਼ੁੱਧ ਕਰਾਂਗੇ, ਤਾਂ ਅੰਦਰੋਂ ਅਤੇ ਬਾਹਰੋਂ ਸਾਰਾ ਕੁੱਝ ਸ਼ੁੱਧ ਹੋ ਜਾਵੇਗਾ।

ਚੰਗੇ ਵਿਚਾਰ ਹੀ ਚੰਗੀਆਂ ਆਦਤਾਂ ਦਾ ਨਿਰਮਾਣ ਕਰਦੇ ਹਨ।

ਖ਼ੁਰਾਕ ਦੀ ਤਬਦੀਲੀ ਉਨ੍ਹਾਂ ਲੋਕਾਂ ਦੀ ਮਦਦ ਨਹੀਂ ਕਰੇਗੀ, ਜੋ ਆਪਣੇ ਵਿਚਾਰਾਂ ਨੂੰ ਨਹੀਂ ਬਦਲਣਾ ਚਾਹੁੰਦੇ। ਜਦੋਂ ਸਾਡੇ ਵਿਚਾਰ ਸ਼ੁੱਧ ਹੁੰਦੇ ਹਨ, ਉਦੋਂ ਸਾਨੂੰ ਅਸ਼ੁੱਧ ਖ਼ੁਰਾਕ ਦੀ ਚਾਹਤ ਨਹੀਂ ਹੁੰਦੀ। ਸਾਫ਼ ਵਿਚਾਰ ਹੀ ਸਾਫ਼ ਆਦਤਾਂ ਦਾ ਨਿਰਮਾਣ ਕਰਦੇ ਹਨ। ਜਿਨ੍ਹਾਂ ਨੇ ਵੀ ਆਪਣੇ ਵਿਚਾਰਾਂ ਨੂੰ ਮਜ਼ਬੂਤ ਤੇ ਸ਼ੁੱਧ ਕੀਤਾ ਹੈ, ਉਨ੍ਹਾਂ ਨੂੰ ਕਿਸੇ ਵੀ ਹਾਨੀਕਾਰਕ ਪਰੀਸਥਿਤੀਆਂ ਵਿਚ ਭੈਭੀਤ ਹੋਣ ਦੀ ਜਾਂ ਘਬਰਾਉਣ ਦੀ ਲੋੜ ਨਹੀਂ ਹੁੰਦੀ।

ਜੇਕਰ ਤੁਸੀਂ ਆਪਣੇ ਸਰੀਰ ਨੂੰ ਪੂਰੀ ਤਰ੍ਹਾਂ ਸਿਹਤਮੰਦ ਰੱਖਣਾ ਚਾਹੁੰਦੇ ਹੋ, ਤਾਂ ਆਪਣੇ ਮਨ ਤੇ ਮਸਤਿਸ਼ਕ ਦੀ ਰੱਖਿਆ ਕਰੋ। ਜੇ ਤੁਸੀਂ ਸਰੀਰ ਨੂੰ ਨਵਾਂ-ਨਿਰੋਆ ਰੱਖਣਾ ਚਾਹੁੰਦੇ ਹੋ, ਉਸ ਨੂੰ ਵਧੀਆ ਬਨਾਉਣਾ ਚਾਹੁੰਦੇ ਹੋ, ਤਾਂ ਸਭ ਤੋਂ ਪਹਿਲਾਂ ਆਪਣੇ ਮਨ ਨੂੰ ਸੁੰਦਰ ਜਾਂ ਸੋਹਣਾ ਬਣਾਓ। ਦੁਰਭਾਵਨਾ, ਸਾੜਾ, ਨਿਰਾਸ਼ਾ, ਉਦਾਸੀ ਦੇ ਵਿਚਾਰ ਸਰੀਰ ਦੀ ਸਿਹਤ ਅਤੇ ਉਸਦੀ ਨਿਰਮਲ ਲਿਸ਼ਕ ਨੂੰ ਖਤਮ ਕਰ ਦਿੰਦੇ ਹਨ। ਚਿੜਚਿੜਾ ਚਿਹਰਾ ਇਕੋਦਮ ਨਹੀਂ ਬਣ ਜਾਂਦਾ, ਉਹ ਖੱਟੇ ਜਾਂ ਉਗਰ ਵਿਚਾਰਾਂ ਕਾਰਨ ਬਣਦਾ ਹੈ। ਜੋ ਝੁਰੜੀਆਂ ਚਿਹਰੇ ਨੂੰ ਖਰਾਬ ਦਿਖਾਉਂਦੀਆਂ ਹਨ, ਉਹ ਮੂਰਖਤਾ, ਜਨੂੰਨ ਤੇ ਹੰਕਾਰ ਕਾਰਨ ਹੀ ਉਤਪੰਨ ਹੁੰਦੀਆਂ ਹਨ।

ਮੈਂ ਇਕ ਅਜਿਹੀ ਮਹਿਲਾ ਨੂੰ ਜਾਣਦਾ ਹਾਂ, ਜੋ ਛਿਆਨਵੇਂ ਸਾਲਾਂ ਦੀ ਹੈ, ਪਰ, ਉਨ੍ਹਾਂ ਦਾ ਚਿਹਰਾ ਇਕ ਮਾਸੂਮ ਬੱਚੀ ਵਾਂਗ ਲਿਸ਼ਕਦਾ ਹੋਇਆ ਦਿਖਾਈ ਦਿੰਦਾ ਹੈ। ਮੈਂ ਇਕ ਅਜਿਹੇ ਆਦਮੀ ਨੂੰ ਵੀ ਚੰਗੀ ਤਰ੍ਹਾਂ ਜਾਣਦਾ ਹਾਂ, ਜੋ ਹੈ ਤਾਂ ਅਧਖੜ ਉਮਰ ਦਾ, ਪਰ, ਉਸਦਾ ਚਿਹਰਾ ਬੇਮੇਲ ਝੁਰੜੀਆਂ ਨਾਲ ਭਰਿਆ ਪਿਆ ਹੈ। ਇਕ ਖੁਸ਼-ਮਿਜ਼ਾਜ ਦਿਲ ਸਕਾਰਾਤਮਕਤਾ ਦਾ ਸਿੱਟਾ ਹੈ, ਤਾਂ ਦੂਜਾ ਜਨੂੰਨ ਤੇ ਅਸੰਤੁਸ਼ਟੀ ਦਾ।

ਚਿੜਚਿੜੇ ਚਿਹਰੇ 'ਤੇ ਲਿਸ਼ਕ ਜ਼ੀਰੋ ਹੋ ਜਾਂਦੀ ਹੈ,
ਇਸ ਨੂੰ ਕਈ ਵਾਰ ਸਧਾਰਨ ਤੌਰ 'ਤੇ ਵੀ ਦੇਖਿਆ ਜਾ
ਸਕਦਾ ਹੈ, ਇਸ ਦੇ ਪਿੱਛੇ ਸਿਰਫ਼ ਉਹਨਾਂ ਮੁਰਖਾਨਾ,
ਪੀੜਾ ਤੇ ਹੰਕਾਰ ਵਰਗੇ ਅਤਿ ਉਗਰ ਵਿਚਾਰਾਂ
ਦਾ ਹੱਥ ਹੁੰਦਾ ਹੈ, ਜਿਨ੍ਹਾਂ ਦੀ ਵਿਅਕਤੀ ਨੇ ਆਪ
ਹੌਲੀ-ਹੌਲੀ ਪਾਲਨਾ ਕੀਤੀ ਹੁੰਦੀ ਹੈ।

ਜਿਵੇਂ ਅਸੀਂ ਸਾਰੇ ਜਾਣਦੇ ਹੀ ਹਾਂ ਕਿ ਸਾਨੂੰ ਆਪਣੇ ਰਹਿਣ ਲਈ ਇਕ ਸੁੰਦਰ ਅਤੇ ਸ਼ਾਨਦਾਰ ਜਗ੍ਹਾਂ ਦਾ ਨਿਰਮਾਣ ਉਦੋਂ ਤੱਕ ਨਹੀਂ ਕਰ ਸਕਦੇ, ਜਦੋਂ ਤੱਕ ਕਿ ਅਸੀਂ ਹਵਾ ਤੇ ਰੋਸ਼ਨੀ ਨੂੰ ਆਪਣੇ ਕਮਰਿਆਂ ਅੰਦਰ ਖੁੱਲ੍ਹੇ ਤੌਰ ਤੇ ਆਉਣ-ਜਾਉਣ ਨਾ ਦੇਈਏ, ਉੱਂਵ ਹੀ ਇਕ ਮਜ਼ਬੂਤ ਸਰੀਰ ਅਤੇ ਨੂਰਾਨੀ, ਖੁਸ਼ ਅਤੇ ਸ਼ਾਂਤ ਚਿਹਰਾ ਉਦੋਂ ਹੀ ਮੁਮਕਿਨ ਹੋ ਸਕਦਾ ਹੈ, ਜਦੋਂ ਅਸੀਂ ਆਪਣੇ ਮਨ ਵਿਚ ਹਰਖ, ਸਦਭਾਵਨਾ ਤੇ ਸ਼ਾਂਤ ਵਿਚਾਰਾਂ ਨੂੰ ਮੁਕਤ ਭਾਵ ਤੋਂ ਆਉਣ-ਜਾਣ ਲਈ ਖੁੱਲ੍ਹੀ ਛੂਟ ਦੇ ਦਈਏ।

ਬਿਰਧ ਲੋਕਾਂ ਦੇ ਚਿਹਰਿਆਂ 'ਤੇ ਹਮਦਰਦੀ ਦੀਆਂ ਝੁਰੜੀਆਂ ਹੁੰਦੀਆਂ ਹਨ, ਕੁੱਝ ਮਜ਼ਬੂਤ ਤੇ ਸ਼ੁੱਧ ਵਿਚਾਰਾਂ ਨਾਲ ਬਣਦੀਆਂ ਹਨ ਅਤੇ ਜ਼ਿਆਦਾਤਰ ਨਕਾਰਾਤਮਕ ਭਾਵਨਾਵਾਂ ਰਾਹੀਂ ਅਤੇ ਕੌਣ ਇਸ ਵਿਚ ਫ਼ਰਕ ਨਹੀਂ ਦੇਖ ਪਾਉਂਦਾ? ਜਾਹਿਰ ਹੈ, ਜਿਨ੍ਹਾਂ ਨੇ ਨਿਆਂ-ਸੰਗਤ ਜੀਵਨ ਜੀਵਿਆ ਹੈ, ਉਨ੍ਹਾਂ

ਦਾ ਜੀਵਨ ਸ਼ਾਂਤੀਪੂਰਨ, ਅਡੋਲ ਅਤੇ ਕੋਮਲ ਹੋ ਚੁੱਕਿਆ ਹੈ, ਡੁੱਬਦੇ ਸੂਰਜ ਵਾਂਗ। ਹਾਲ ਹੀ ਵਿਚ, ਮੈਂ ਇਕ ਦਾਰਸ਼ਨਿਕ ਨੂੰ ਉਸਦੀ ਮਿਰਤੂ ਦੇ ਅੰਤਮ ਪਲਾਂ ਵਿਚ ਦੇਖਿਆ। ਜਾਂ ਇਸ ਤਰ੍ਹਾਂ ਕਹਿ ਲਓ ਕਿ ਉਹ ਮਿਰਤ ਹੋਣ ਵਾਲਾ ਹੀ ਸੀ। ਉਹ ਆਪਣੇ ਸਰੀਰ ਤੋਂ ਇਲਾਵਾ ਬਿਰਧ ਨਹੀਂ ਦਿਖ ਰਿਹਾ ਸੀ। ਉਸਦੀ ਮਿਰਤੂ ਉੱਨੀ ਹੀ ਸ਼ਾਂਤੀਪੂਰਨ ਸੀ, ਜਿੰਨਾ ਕਿ ਉਸਦਾ ਜੀਵਨ।

ਸ਼ਰੀਰ ਨੂੰ ਬੀਮਾਰੀਆਂ ਤੋਂ ਦੂਰ ਰੱਖਣ ਲਈ ਸਭ ਤੋਂ ਵਧੀਆ
ਤੇ ਉੱਤਮ ਰਾਹ ਇਹ ਹੈ ਕਿ ਜ਼ਿੰਦਾਦਿਲੀ ਦੇ ਵਿਚਾਰਾਂ
ਦੀ ਪਾਲਣਾ ਕਰੀਏ, ਇਸ ਤੋਂ ਚੰਗਾ ਕੋਈ ਹੋਰ ਦੂਜਾ ਡਾਕਟਰ
ਨਹੀਂ। ਦੁੱਖ ਅਤੇ ਸੋਗ ਦੀ ਪਰਛਾਈ ਨੂੰ ਹਟਾਉਣ
ਲਈ ਸਦਭਾਵਨਾ ਵਰਗੀਂ ਤਸੱਲੀ ਦੇਣ ਵਾਲੀ ਕੋਈ
ਹੋਰ ਚੀਜ਼ ਹੋ ਹੀ ਨਹੀਂ ਸਕਦੀ।

ਸਰੀਰ ਦੀ ਬੀਮਾਰੀਆਂ ਨੂੰ ਦੂਰ ਕਰਨ ਲਈ ਜਿੰਦਾਦਿਲ ਵਿਚਾਰਾਂ ਦੀ ਖ਼ੁਰਾਕ ਤੋਂ ਚੰਗਾ ਅਤੇ ਬਿਹਤਰ ਹੋਰ ਕੋਈ ਡਾਕਟਰ ਨਹੀਂ ਹੁੰਦਾ, ਦੁੱਖ ਅਤੇ ਸ਼ੋਕ ਦਾ ਪਰਛਾਵੇਂ ਨੂੰ ਹਟਾਉਣ ਲਈ ਸਦਭਾਵਨਾ ਵਰਗੀ ਤਸੱਲੀ ਦੇਣ ਵਾਲੀ ਕੋਈ ਹੋਰ ਚੀਜ਼ ਨਹੀਂ ਹੋ ਸਕਦੀ। ਹਮੇਸ਼ਾ ਦੂਜਿਆਂ ਬਾਰੇ ਨਕਾਰਾਤਮਕ ਸੋਚਣਾ, ਗ਼ੈਰ-ਵਾਜ਼ਬ ਤੇ ਦੋਸ਼ਪੂਰਨ ਭਾਵ ਰੱਖਣਾ, ਸ਼ੱਕ ਕਰਨਾ ਤੇ ਈਰਖਾ ਦੇ ਵਿਚਾਰ ਰੱਖਣਾ ਠੀਕ ਉਂਵ ਹੀ ਹਨ, ਜਿਵੇਂ ਸਵੈ-ਨਿਰਮਿਤ ਜੇਲ੍ਹ ਵਿਚ ਖ਼ੁਸ਼ ਰਹਿਣਾ। ਸਾਰਿਆਂ ਬਾਰੇ ਚੰਗਾ ਸੋਚਣਾ, ਸਾਰਿਆ ਨਾਲ ਖ਼ੁਸ਼ ਰਹਿਣਾ, ਧੀਰਜ ਨਾਲ ਇਹ ਸਿੱਖਣਾ ਕਿ ਉਨ੍ਹਾਂ ਵਿਚ ਕੇਵਲ ਚੰਗਾ ਹੀ ਦੇਖਣਾ - ਅਜਿਹੇ ਨਿਸੁਆਰਥ ਵਿਚਾਰ-ਭਾਵ ਮਨੁੱਖ ਨੂੰ ਸੁਰਗ ਵੱਲ ਲੈ ਜਾਂਦੇ ਹਨ। ਦਿਨ-ਬ-ਦਿਨ ਹਰ ਪ੍ਰਾਣੀ ਲਈ ਸ਼ਾਂਤੀਪੂਰਨ ਵਿਚਾਰ ਰੱਖਣ ਵਾਲਾ ਮਨੁੱਖ ਅੰਦਰ ਅਦਭੁਤ ਸ਼ਾਂਤੀ ਆਪਣੇ-ਆਪ ਆਉਣ ਲੱਗਦੀ ਹੈ।

4

ਵਿਚਾਰ ਅਤੇ ਉੱਦੇਸ਼

ਜਦੋਂ ਤੱਕ ਸਾਡੇ ਦੁਆਰਾ ਵਿਚਾਰਾਂ ਨੂੰ ਆਪਣੇ ਉੱਦੇਸ਼ ਦੇ ਨਾਲ ਨਹੀਂ ਜੋੜਿਆ ਜਾਂਦਾ, ਉਦੋਂ ਤੱਕ ਜੀਵਨ ਵਿਚ ਕੋਈ ਅਸਧਾਰਨ ਤੇ ਮਾਣਮੱਤੀ ਪ੍ਰਾਪਤੀ ਹਾਸਿਲ ਨਹੀਂ ਹੋ ਪਾਉਂਦੀ। ਜ਼ਿਆਦਾਤਰ ਲੋਕ ਇਹ ਕਰਦੇ ਹਨ ਕਿ ਆਪਣੇ-ਆਪ ਨੂੰ ਵਿਚਾਰਾਂ ਦੀ ਨੌਕਾ ਵਿਚ ਬਿਠਾ ਕੇ ਸਮੁੰਦਰ ਦੀਆਂ ਦਿਸ਼ਾਹੀਨ ਲਹਿਰਾਂ ਵਿਚ ਛੱਡ ਦਿੰਦੇ ਹਨ। ਯਾਦ ਰੱਖੋ ਦਿਸ਼ਾਹੀਨਤਾ ਹਰ ਸਤਰ 'ਤੇ ਮਾੜੀ ਹੀ ਹੁੰਦੀ ਹੈ ਅਤੇ ਜੋ ਲੋਕ ਤਬਾਹੀ ਤੇ ਵਿਨਾਸ਼ ਕੋਲੋਂ ਦੂਰ ਰਹਿਣਾ ਚਾਹੁੰਦੇ ਹਨ, ਉਨ੍ਹਾਂ ਨੂੰ ਬੇਹੱਦ ਸਾਵਧਾਨ ਰਹਿੰਦੇ ਹੋਏ ਇਸ ਤਰ੍ਹਾਂ ਦੀਆਂ ਦਿਸ਼ਾਹੀਨ ਲਹਿਰਾਂ ਵਿਚਕਾਰ ਵਹਿਣ ਤੋਂ ਆਪਣੇ-ਆਪ ਨੂੰ ਰੋਕਣਾ ਚਾਹੀਦਾ ਹੈ।

ਜਿਨ੍ਹਾਂ ਲੋਕਾਂ ਦੇ ਜੀਵਨ ਦਾ ਕੋਈ ਉੱਦੇਸ਼ ਨਹੀਂ ਹੁੰਦਾ, ਉਹ ਬੜੀ ਜਲਦੀ ਨਾਲ ਹੇਠਲੇ ਪੱਧਰ ਦੀਆਂ ਫ਼ਿਕਰਾਂ, ਬੇਕਾਰ ਦੀਆਂ ਗੱਲਾਂ, ਡਰ, ਸਮੱਸਿਆਵਾਂ ਅਤੇ ਆਪਣੇ ਪ੍ਰਤੀ ਦਇਆ ਰੱਖਣ ਵਾਲੇ ਭਾਵਾਂ ਤੋਂ ਪੀੜਤ ਹੋ ਜਾਂਦੇ ਹਨ ਅਤੇ ਇਹ ਸਾਰੇ ਕਮਜ਼ੋਰੀ ਦੀ ਨਿਸ਼ਾਨੀਆਂ ਹਨ। ਇਹ ਸਾਰੇ ਨਿਕ੍ਰਿਸ਼ਟ ਵਿਚਾਰ ਹਨ, ਜੋ ਵਿਅਕਤੀ ਨੂੰ ਅਸਫਲਤਾ, ਨਾਖੁਸ਼ੀ, ਨੁਕਸਾਨ ਵੱਲ ਲੈ ਜਾਂਦੇ ਹਨ। ਠੀਕ ਉਸੇ ਤਰ੍ਹਾਂ ਜਿਵੇਂ ਸੋਚ-ਸਮਝ ਕੇ ਕੀਤਾ ਗਿਆ ਗੁਨਾਹ, ਕਿਉਂਕਿ ਸ਼ਕਤੀਸ਼ਾਲੀ ਵਿਕਸਤ ਬ੍ਰਹਿਮੰਡ ਵਿਚ ਕਮਜ਼ੋਰੀ ਕਾਇਮ ਨਹੀਂ ਰਹਿ ਸਕਦੀ।

ਨਿਰ-ਉੱਦੇਸ਼ ਵਿਅਕਤੀ ਕੁੱਝ ਸਮੇਂ ਤੱਕ ਤਾਂ ਲੋਕਾਂ ਦੀ ਹਮਦਰਦੀ ਪ੍ਰਾਪਤ ਕਰ ਸਕਦਾ ਹੈ, ਲੇਕਿਨ ਉਹ ਅੰਦਰ ਹੀ ਅੰਦਰ ਬੜੀ ਤੇਜ਼ੀ ਨਾਲ ਨਕਾਰਾਤਮਕ ਵਿਚਾਰਾਂ, ਚਿੰਤਾਵਾਂ, ਬੇਕਾਰ ਦੀਆਂ ਗੱਲਾਂ, ਡਰ ਅਤੇ ਸਮੱਸਿਆਵਾਂ ਨਾਲ ਗ੍ਰਸਿਤ ਹੋ ਜਾਂਦਾ ਹੈ।

ਵਿਅਕਤੀ ਨੂੰ ਆਪਣੇ ਹਿਰਦੇ ਵਿਚ ਇਕ ਨਿਆਂ-ਸੰਗਤ ਉੱਦੇਸ਼ ਬਾਰੇ ਕਲਪਨਾ ਕਰਨੀ ਚਾਹੀਦੀ ਅਤੇ ਉਸ ਨੂੰ ਯਥਾਰਥ ਬਨਾਉਣ ਲਈ ਕਾਰਜਸ਼ੀਲ ਹੋ ਜਾਣਾ ਚਾਹੀਦਾ ਹੈ। ਸਾਨੂੰ ਇਸ ਉੱਦੇਸ਼ ਨੂੰ ਆਪਣੇ ਵਿਚਾਰਾਂ ਦੇ ਕੇਂਦਰ ਬਿੰਦੂ ਬਣਾ ਲੈਣਾ ਚਾਹੀਦਾ ਹੈ। ਉਸ ਵੇਲੇ ਸਾਡੀ ਪ੍ਰਕਿਰਤੀ ਕਿਹੋ ਜਹੀ ਹੈ, ਉਸ ਦੇ ਅਨੁਸਾਰ ਉਹ ਕਿਸੇ ਅਧਿਆਤਮਕ ਨਿਸ਼ਾਨੇ ਦਾ ਜਾਂ ਫਿਰ ਭੌਤਿਕ ਵਸਤੂ ਦਾ ਰੂਪ ਲੈ ਸਕਦਾ ਹੈ। ਪਰ, ਜੋ ਵੀ ਉਹ ਹੋਵੇ ਸਾਨੂੰ ਆਪਣੇ ਸਾਹਮਣੇ ਰੱਖੇ ਇਸ ਵਸਤੂਸਥਿਤੀ 'ਤੇ ਆਪਣੀ ਵਿਚਾਰ ਸ਼ਕਤੀ ਨੂੰ ਪੂਰੀ ਦ੍ਰਿੜ੍ਹਤਾ ਤੇ ਵਿਸ਼ਵਾਸ ਦੇ ਨਾਲ ਕੇਂਦ੍ਰਿਤ ਕਰਨਾ ਚਾਹੀਦਾ ਹੈ।ਸਾਨੂੰ ਇਨ੍ਹਾਂ ਵਿਚਾਰਾਂ ਨੂੰ ਆਪਣਾ ਉੱਚਤਮ ਕਾਰਜ ਮੰਨ ਕੇ ਇਸ ਉੱਦੇਸ਼ ਪ੍ਰਾਪਤੀ ਲਈ ਲੱਗ ਜਾਣਾ ਚਾਹੀਦਾ ਹੈ ਅਤੇ ਇਸਦੀ ਤਰੱਕੀ ਲਈ ਆਪਣੇ-ਆਪ ਨੂੰ ਸਮਰਪਿਤ ਕਰ ਦੇਣਾ ਚਾਹੀਦਾ ਹੈ। ਸਾਨੂੰ ਇਹ ਵੀ ਧਿਆਨ ਵਿਚ ਰੱਖਣਾ ਚਾਹੀਦਾ ਹੈ ਕਿ ਅਸੀਂ ਇੰਨਾਂ ਵਿਚਾਰਾਂ ਨੂੰ ਥੋੜ੍ਹ-ਚਿਰੀ ਰੁਚੀਆਂ, ਚਾਹਤਾਂ ਅਤੇ ਕਲਪਨਾਵਾਂ ਦੇ ਪਿੱਛੇ ਭੱਜਣ ਨਾ ਦਈਏ।ਆਤਮ-ਸੰਜਮ ਇਕ ਪ੍ਰਕਾਰ ਦਾ ਰਾਜਸੀ ਮਾਰਗ ਹੈ ਅਤੇ ਵਿਚਾਰ ਦੀ ਸੱਚੀ ਇਕਾਗਰਤਾ। ਜੇਕਰ ਅਸੀਂ ਵਾਰ-ਵਾਰ ਆਪਣੇ ਉੱਦੇਸ਼ ਨੂੰ ਪਾਉਣ ਵਿਚ ਅਸਫਲ ਹੁੰਦੇ ਹਾਂ, ਇਹ ਉਦੋਂ ਤੱਕ ਹੁੰਦਾ ਰਹੇਗਾ ਜਦੋਂ ਤੱਕ ਅਸੀਂ ਆਪਣੀਆਂ ਕਮਜ਼ੋਰੀਆਂ ਤੋਂ ਉੱਪਰ ਉੱਠ ਨਹੀਂ ਜਾਂਦੇ। *ਚਰਿੱਤਰ ਦਾ ਮਜ਼ਬੂਤ ਹੋਣਾ ਹੀ ਕਿਸੇ ਵੀ ਵਿਅਕਤੀ ਦੇ ਜੀਵਨ ਦੀ ਸੱਚੀ ਸਫਲਤਾ ਹੋਵੇਗੀ*, ਅਤੇ ਇਹ ਭਵਿੱਖ ਦੀ ਸਮਰੱਥਾ ਤੇ ਜਿੱਤ ਦੀ ਨਵੀਂ ਸ਼ੁਰੂਆਤ ਹੋਵੇਗੀ।

ਉਹ ਲੋਕ, ਜੋ ਆਪਣੇ ਜੀਵਨ ਵਿਚ ਕਿਸੇ *ਮਹਾਨ ਉੱਦੇਸ਼* ਨੂੰ ਪ੍ਰਾਪਤ

ਨਹੀਂ ਕਰਨਾ ਚਾਹੁੰਦੇ ਹਨ, ਉਨ੍ਹਾਂ ਨੂੰ ਵੀ ਆਪਣੇ ਜੀਵਨ ਵਿਚ ਵਿਚਾਰਾਂ ਨੂੰ ਕੇਂਦ੍ਰਿਤ ਕਰ ਕੇ ਹੀ ਕੋਈ ਕਾਰਜ ਕਰਨਾ ਚਾਹੀਦਾ ਹੈ। ਭਾਵੇਂ ਫਿਰ ਉਨ੍ਹਾਂ ਦਾ ਕਾਰਜ ਕਿੰਨਾ ਹੀ ਛੋਟਾ ਕਿਉਂ ਨਾ ਹੋਵੇ। ਕੇਵਲ ਇੱਕੋ ਹੀ ਇਸੇ ਯੁਕਤੀ ਨਾਲ ਵਿਚਾਰਾਂ ਨੂੰ ਇਕੱਤਰਿਤ ਕਰ ਕੇ ਕੇਂਦ੍ਰਿਤ ਕੀਤਾ ਜਾ ਸਕਦਾ ਹੈ ਅਤੇ ਸੰਕਲਪ ਤੇ ਉਰਜਾ ਨੂੰ ਵਿਕਸਤ ਕੀਤਾ ਜਾ ਸਕਦਾ ਹੈ। ਇਸ ਦੇ ਵਿਕਸਤ ਹੋ ਜਾਣ ਤੋਂ ਬਾਅਦ ਅਜਿਹਾ ਕੁੱਝ ਵੀ ਬਾਕੀ ਨਹੀਂ ਰਹਿ ਜਾਂਦਾ, ਜਿਸ ਨੂੰ ਹਾਸਿਲ ਨਹੀਂ ਕੀਤਾ ਜਾ ਸਕੇ।

ਜਿਸ ਵੀ ਮਨੁੱਖ ਨੂੰ ਸੰਸ਼ਿਆਂ ਤੇ ਡਰ 'ਤੇ ਜਿੱਤ ਪ੍ਰਾਪਤ
ਕਰ ਲਈ ਹੈ, ਉਸ ਨੇ ਨਿਸ਼ਚਿੰਤ ਹੋ ਕੇ ਹਰ ਅਸਫਲਤਾ
'ਤੇ ਸਫਲਤਾ ਪ੍ਰਾਪਤ ਕਰ ਲਈ ਹੈ।

ਕਮਜ਼ੋਰ ਆਤਮਾ, ਆਪਣੀ ਕਮਜ਼ੋਰੀ ਨੂੰ ਜਾਣਦੇ ਹੋਏ ਤੇ ਇਸ ਸੱਚ ਵਿਚ ਵਿਸ਼ਵਾਸ ਰੱਖਦੇ ਹੋਏ ਕਿ ਸਮਰੱਥਾ ਨੂੰ, ਜਤਨਾਂ ਅਤੇ ਅਭਿਆਸ *ਰਾਹੀਂ ਹੀ ਵਿਕਸਤ ਕੀਤਾ ਜਾ ਸਕਦਾ ਹੈ, ਤੁਰੰਤ ਹੀ ਯਤਨਸ਼ੀਲ ਹੋ ਜਾਂਦੀ ਹੈ।*

ਜਿਵੇਂ ਸਰੀਰਕ ਤੌਰ 'ਤੇ ਕਮਜ਼ੋਰ ਲੋਕ ਸਾਵਧਾਨ ਤੇ ਧੀਰਜ ਪੂਰਨ ਸਿਖਲਾਈ ਦੁਆਰਾ ਆਪਣੇ ਆਪ ਨੂੰ ਮਜ਼ਬੂਤ ਬਣਾਉਂਦੇ ਹਨ, ਉਂਵ ਵੀ ਕਮਜ਼ੋਰ ਵਿਚਾਰ ਵਾਲੇ ਲੋਕ, ਸਪੱਸ਼ਟ ਤੇ ਚੰਗੀ ਸੋਚ ਦੇ ਨਿਰੰਤਰ ਅਭਿਆਸ ਨਾਲ ਆਪਣੇ-ਆਪ ਨੂੰ ਮਜ਼ਬੂਤ ਬਣਾ ਸਕਦੇ ਹਨ।

ਸ਼ੰਕਾ ਤੇ ਡਰ 'ਤੇ ਜਿੱਤ ਹਾਸਿਲ ਕਰਨਾ,
ਮਨੁੱਖ ਦੀ ਸਫਲਤਾ ਦਾ ਪਹਿਲਾ ਕਦਮ ਹੈ।

ਉੱਦੇਸ਼ਹੀਣਤਾ ਅਤੇ ਕਮਜ਼ੋਰੀ ਨੂੰ ਇਕ ਪਾਸੇ ਕਰ ਕੇ ਤੇ ਕਿਸੇ ਉੱਦੇਸ਼ ਨਾਲ ਸੋਚਣਾ, ਉਨਾਂ ਮਜ਼ਬੂਤ ਲੋਕਾਂ ਦੀ ਸ਼੍ਰੇਣੀ ਵਿਚ ਪਹੁੰਚਣਾ ਹੈ, ਜੋ ਕਿ ਅਸਫਲਤਾ ਨੂੰ ਸਫਲਤਾ ਦੀ ਪ੍ਰਾਪਤੀ ਦੀ ਰਾਹ ਦੇ ਤੌਰ 'ਤੇ ਪਛਾਣਦੇ ਹਨ ਅਤੇ ਜੋ ਸਾਰੀਆਂ ਪਰੀਸਥਿਤੀਆਂ ਨੂੰ ਆਪਣੇ ਅਨੁਕੂਲ ਬਣਾ ਲੈਂਦੇ ਹਨ, ਅਤੇ ਜੋ ਮਜ਼ਬੂਤ ਸੋਚ ਰੱਖਦੇ ਹਨ, ਬਿਨਾਂ ਕਿਸੇ ਡਰ ਦੇ ਕੋਸ਼ਿਸ਼ਾਂ ਕਰਦੇ ਹਨ ਅਤੇ ਨਿਪੁੰਨਤਾ ਨਾਲ ਉਸ ਨੂੰ ਪ੍ਰਾਪਤ ਕਰਦੇ ਹਨ। ਉਹ ਹਰ ਪਲ ਵਿਕਾਸ ਕਰਦੇ ਹਨ ਅਤੇ ਆਖ਼ਿਰਕਾਰ ਮਹਾਨ ਸ਼ਕਤੀ ਨੂੰ ਪ੍ਰਾਪਤ ਕਰ ਲੈਂਦੇ ਹਨ।

ਇਸ ਆਲੀਸ਼ਾਨ ਤੇ ਸ਼ਕਤੀਸ਼ਾਲੀ ਬ੍ਰਹਿਮੰਡ ਵਿਚ ਕਿਤੇ ਵੀ ਕਮਜ਼ੋਰੀ ਦਾ ਵਾਸਾ ਨਹੀਂ ਹੈ। ਸਿਵਾਏ ਕਮਜ਼ੋਰ ਮਨੁੱਖਾਂ ਦੇ ਅੰਦਰਲੇ ਮਨ ਨੂੰ ਛੱਡ ਕੇ।

ਮਨੁੱਖ ਨੂੰ ਚਾਹੀਦਾ ਹੈ ਕਿ ਆਪਣੇ ਜੀਵਨ ਦਾ ਉੱਦੇਸ਼ ਨਿਸ਼ਚਤ ਕਰੇ, ਇਸ ਤੋਂ ਬਾਅਦ ਮਾਨਸਿਕ ਤੌਰ 'ਤੇ ਉਸ ਨੂੰ ਪ੍ਰਾਪਤ ਕਰਨ ਦੀ *ਸਿੱਧੀ* ਰਾਹ ਨਿਰਧਾਰਿਤ ਕਰੇ। ਜਦੋਂ ਰਾਹ ਠੀਕ ਤਰਾਂ ਨਾਲ ਨਿਸ਼ਚਤ ਹੋ ਜਾਏ, ਉਦੋਂ ਸਾਨੂੰ ਸੱਜੇ-ਖੱਬੇ ਜਾਂ ਉੱਪਰ-ਥੱਲੇ ਨਹੀਂ ਦੇਖਣਾ ਚਾਹੀਦਾ।ਇਸ 'ਤੇ ਕਿਸੇ ਪ੍ਰਕਾਰ ਦੀ ਬਹਿਸ ਵੀ ਮਨ ਵਿਚ ਨਹੀਂ ਹੋਣੀ ਚਾਹੀਦੀ ਅਤੇ ਇਸੇ ਦੇ ਨਾਲ ਸ਼ੰਕਾ ਤੇ ਡਰਾਂ ਨੂੰ ਵੀ ਸਾਨੂੰ ਨਸ਼ਟ ਕਰ ਦੇਣਾ ਚਾਹੀਦਾ ਹੈ। ਇਹ ਉਹ ਵਿਖੰਡਤ ਤੱਤ ਹਨ, ਜੋ ਸਾਡੇ ਨਿਸ਼ਾਨੇ ਨੂੰ ਸਰ ਕਰਨ ਦੀ ਦਿਸ਼ਾ ਨੂੰ ਭੰਗ ਕਰਦੇ ਹਨ। ਇਹ ਜੋਕਰ ਵਰਗੇ ਤੱਤ ਸਾਨੂੰ ਅਸਫਲਤਾ ਵੱਲ ਲੈ ਜਾਂਦੇ ਹਨ। ਡਰ ਤੇ ਸ਼ੰਕਾ ਦਾ ਮਨ ਵਿਚ ਉਤਪੰਨ ਹੋਣ ਨਾਲ ਸਾਡਾ ਉੱਦੇਸ਼, ਊਰਜਾ, ਤਾਕਤ ਅਤੇ ਸਾਰੇ ਸ਼ਕਤੀਸ਼ਾਲੀ ਵਿਚਾਰ ਅਚਾਨਕ ਹੀ ਰੁੱਕ ਜਾਂਦੇ ਹਨ। ਡਰ ਤੇ ਸ਼ੰਕਾ ਮਨੁੱਖ ਦੀ ਇਕਾਗਰਤਾ ਦੇ ਦੁਸ਼ਮਨ ਹਨ। ਇਹ ਮਨੁੱਖ ਦੇ ਆਤਮ-ਵਿਸ਼ਵਾਸ ਦੇ ਵੀ ਦੁਸ਼ਮਨ ਹਨ। ਜਦੋਂ ਤੱਕ ਇਹ ਦੁਸ਼ਮਨ ਤੁਹਾਡੇ ਮਨ ਵਿਚ ਰਹਿਣਗੇ, ਉਦੋਂ ਤਕ ਤੁਸੀਂ ਆਪਣੇ ਨਿਸ਼ਾਨੇ ਤਕ ਪਹੁੰਚਣ ਲਈ ਪੂਰੀ ਤਾਕਤ ਤੇ ਇਕਾਗਰਤਾ ਨਾਲ ਯਤਨ ਨਹੀਂ ਕਰ ਪਾਓਗੇ। ਇਸ ਲਈ ਜ਼ਰੂਰੀ ਹੈ ਕਿ ਤੁਸੀਂ ਆਪਣੇ ਮਨ ਤੋਂ ਇਸ ਡਰ ਤੇ

ਸ਼ੰਕਾ ਨੂੰ ਬਾਹਰ ਕੱਢ ਦਿਓ ਅਤੇ ਇਕਾਗਰ ਚਿੱਤ ਹੋ ਕੇ ਆਤਮ-ਵਿਸ਼ਵਾਸ ਨੂੰ ਮਨ ਵਿਚ ਧਾਰਨ ਕਰ ਲਓ।

ਜਿਸ ਕਿਸੇ ਨੇ ਵੀ ਆਪਣੇ ਵਿਚਾਰਾਂ ਨੂੰ ਆਪਣੇ ਉੱਦੇਸ਼ ਨਾਲ ਜੋੜ ਲਿਆ ਹੈ, ਉਹ ਆਪਣੀ ਮਾਨਸਿਕ ਸ਼ਕਤੀ ਦੇ ਜਾਗਰੂਕ ਅਤੇ ਬੁੱਧੀਮਾਨ ਸ਼ਾਸਕ ਬਣ ਗਏ ਹਨ।

ਮਨੁੱਖ ਦੇ ਮਨ ਵਿਚ ਕੁੱਝ ਪਾਉਣ ਤੇ ਕਰਨ ਦੀ ਇੱਛਾ ਇਸ ਗਿਆਨ ਨਾਲ ਉਭਰਦੀ ਹੈ ਕਿ ਅਸੀਂ ਕੁੱਝ ਵੀ ਕਰ ਸਕਦੇ ਹਾਂ। ਪਰ, ਅੰਦਰ ਜਨਮੀਂ ਸ਼ੰਕਾ ਤੇ ਡਰ ਗਿਆਨ ਦੇ ਸਭ ਤੋਂ ਵੱਡੇ ਦੁਸ਼ਮਣ ਹਨ ਅਤੇ ਅਜਿਹੇ ਮਨੁੱਖ ਜੋ ਇਸ ਨੂੰ ਬੜਾਵਾ ਦਿੰਦੇ ਹਨ, ਉਹ ਆਪਣੇ-ਆਪ ਨੂੰ ਤਰੱਕੀ ਦੀ ਰਾਹ ਵਿਚ ਨਿਸ਼ਫਲ ਕਰ ਲੈਂਦੇ ਹਨ।

ਕਿਸੇ ਵੀ ਵਿਅਕਤੀ ਦੇ ਜੀਵਨ ਦੀ ਸੱਚੀ ਸਫਲਤਾ, ਉਸ ਦੇ ਚਰਿੱਤਰ ਦੀ ਮਜ਼ਬੂਰੀ 'ਤੇ ਨਿਰਭਰ ਕਰਦੀ ਹੈ, ਅਤੇ ਇਹੀ ਉਸ ਦੇ ਭਵਿੱਖ ਦੀ ਸਮਰੱਥਾ ਤੇ ਜਿੱਤ ਦੀ ਨਵੀਂ ਸ਼ੁਰੂਆਤ ਹੋਵੇਗੀ।

ਅਜਿਹਾ ਮਨੁੱਖ ਜੋ ਸ਼ੰਕਾ ਤੇ ਡਰ 'ਤੇ ਜਿੱਤ ਪ੍ਰਾਪਤ ਕਰ ਲੈਂਦਾ ਹੈ, ਉਹ ਅਸਫਲਤਾਵਾਂ 'ਤੇ ਵੀ ਸਫਲਤਾ ਅਰਜਿਤ ਕਰ ਲੈਂਦਾ ਹੈ।ਅਜਿਹੇ ਵਿਅਕਤੀ ਜਿਨ੍ਹਾਂ ਨੇ ਸ਼ੰਕਾ ਤੇ ਡਰ 'ਤੇ ਜਿੱਤ ਪ੍ਰਾਪਤ ਕਰ ਲਈ ਹੈ, ਉਨ੍ਹਾਂ ਨੇ ਅਸਫਲਤਾ

'ਤੇ ਵੀ ਜਿੱਤ ਪ੍ਰਾਪਤ ਕਰ ਲਈ ਹੈ। ਉਨ੍ਹਾਂ ਦਾ ਹਰ ਵਿਚਾਰ ਸਮਰੱਥਾ ਨਾਲ ਜੁੜਿਆ ਹੋਇਆ ਹੈ, ਅਤੇ ਉਹ ਸਾਰੀਆਂ ਸਮੱਸਿਆਵਾਂ ਦਾ ਹਿੰਮਤ ਨਾਲ ਸਾਹਮਣਾ ਕਰ ਕੇ ਉਨ੍ਹਾਂ ਨੂੰ ਬੁੱਧੀਮੱਤਾ ਨਾਲ ਆਪਣੇ-ਆਪ 'ਤੇ ਕਾਬੂ ਕਰ ਸਕਦੇ ਹਨ। ਇਹੋ ਜਿਹਾ ਸੰਜਮੀ ਵਿਅਕਤੀ ਦੇ ਉੱਦੇਸ਼ ਸਮੇਂ ਦੇ ਅਨੁਰੂਪ ਹੁੰਦੇ ਹਨ ਅਤੇ ਉਹ ਸਮੇਂ 'ਤੇ ਉਨ੍ਹਾਂ ਨੂੰ ਪੂਰਾ ਕਰਨ ਵਿਚ ਵੀ ਸਫਲਤਾ ਅਰਜਿਤ ਕਰ ਲੈਂਦੇ ਹੈ। ਉਹ ਆਪਣੇ ਉੱਦੇਸ਼ਾਂ ਦੀ ਬੀਜਾਈ ਸਹੀ ਸਮੇਂ 'ਤੇ ਕਰਦੇ ਹਨ ਅਤੇ ਇਹੀ ਕਾਰਣ ਹੁੰਦਾ ਹੈ ਕਿ ਉਨ੍ਹਾਂ ਦੇ ਦਰਖਤਾਂ ਦੇ ਫ਼ਲ ਬੇਵਕਤ ਜ਼ਮੀਨ 'ਤੇ ਨਹੀਂ ਡਿੱਗਿਆ ਕਰਦੇ। ਡਰ ਰਹਿਤ ਵਿਚਾਰ; ਉੱਦੇਸ਼ਪੂਰਨ ਰਚਨਾਤਮਕ ਸ਼ਕਤੀ ਵਿਚ ਤਬਦੀਲ ਹੋ ਜਾਂਦੇ ਹਨ। ਇਸ ਡੂੰਘੇ ਰਹੱਸ ਨੂੰ ਜੋ ਜਾਣਦੇ ਹਨ, ਉਹ ਹਮੇਸ਼ਾ ਤਿਆਰ ਰਹਿੰਦੇ ਹਨ। ਉਨ੍ਹਾਂ ਦੇ ਵਿਚਾਰਾਂ ਵਿਚ ਕਦੇ ਵੀ ਪਰੀਸਥਿਤੀਆਂ ਦੇ ਹਿਸਾਬ ਨਾਲ ਭਟਕਣ ਜਾਂ ਅੜਿਕਾ ਨਹੀਂ ਆਉਂਦਾ। ਉਹ ਇਕ ਲੜਾਕੇ ਵਾਂਗ ਡਟੇ ਰਹਿੰਦੇ ਹਨ। ਉਹ ਆਪਣੇ ਵਿਚਾਰਾਂ ਨੂੰ ਆਪਣੇ ਉੱਦੇਸ਼ ਨਾਲ ਨਿਰੰਤਰ ਜੋੜਦੇ ਹਨ ਅਤੇ ਆਪਣੀ ਮਾਨਸਿਕ ਸ਼ਕਤੀ ਦੇ ਜਾਗਰੂਕ ਅਤੇ ਸਿਆਣੇ ਸ਼ਾਸਕ ਬਣ ਜਾਂਦੇ ਹਨ।

ਇਹ ਸ੍ਰਿਸ਼ਟੀ ਨਿਆਂਪੂਰਨ ਹੈ। ਇਸ ਕਰਕੇ ਨਿਆਂ
ਪ੍ਰਾਪਤੀ ਲਈ ਤੁਹਾਨੂੰ ਹੀ ਕਦਮ ਅੱਗੇ ਵਧਾਉਣ ਪੈਣਗੇ।

5

ਵਿਚਾਰ:
ਪ੍ਰਾਪਤੀਆਂ ਦਾ ਇਕ ਮੁੱਖ ਤੱਤ

ਮਨੁੱਖ ਜੋ ਕੁੱਝ ਵੀ ਪ੍ਰਾਪਤ ਕਰਦਾ, ਅਤੇ ਜਿਸ ਨੂੰ ਪ੍ਰਾਪਤ ਕਰਨ ਵਿਚ ਅਸਫਲ ਹੋ ਜਾਂਦਾ ਹੈ, ਉਹ ਸਾਰਾ ਉਸ ਦੇ ਚੰਗੇ ਅਤੇ ਮਾੜੇ ਵਿਚਾਰਾਂ ਦਾ ਹੀ ਸਿੱਟਾ ਹੈ। ਇਹ ਸਭ ਦੁਨੀਆਂ ਵਿਚ ਸੰਤੁਲਨ ਬਣਾਏ ਰੱਖਣ ਅਤੇ ਵਿਗਾੜ ਕਰਨ ਦੀਆਂ ਕਤਰਨਾਂ ਹਨ। ਪ੍ਰਕਿਰਤੀ ਵਿਚ ਜਿੱਥੇ ਸੰਤੁਲਨ ਦੀ ਘਾਟ ਹੁੰਦੀ ਹੈ, ਉੱਥੇ ਵਿਨਾਸ਼ ਹੋ ਸਕਦਾ ਹੈ। ਇਸੇ ਤਰ੍ਹਾਂ, ਹਰ ਇਕ ਵਿਅਕਤੀ ਦੀ ਇਕ ਨਿਸ਼ਚਿਤ ਜਿੰਮੇਵਾਰੀ ਸੁਨਿਸ਼ਚਿਤ ਹੈ। ਤੁਸੀਂ ਕਿੰਨੇ ਵੀ ਤਾਕਤਵਰ ਹੋਵੇ ਜਾਂ ਕਿੰਨੇ ਹੀ ਕਮਜ਼ੋਰ, ਕਿੰਨੇ ਹੀ ਖ਼ਾਲਸ ਹੋਵੇ ਜਾਂ ਕਿੰਨੇ ਵੀ ਨਾਪਾਕ, ਤੁਹਾਡੇ ਵਿਚ ਕਿੰਨੀ ਹੀ ਸਕਾਰਾਤਮਕਤਾ ਤੇ ਨਕਾਰਾਤਮਕਤਾ ਵਿਆਪਤ ਕਿਉਂ ਨਾ ਹੋਵੇ; ਇਹ ਸਾਰਾ ਕੁੱਝ ਤੁਹਾਡੇ ਆਪਣਾ ਹੈ, ਤੁਹਾਡੇ ਅੰਦਰ ਹੈ, ਇਸ ਦੇ ਤੁਸੀਂ ਹੀ ਮਾਲਿਕ ਹੋ, ਇਹ ਕਿਸੇ ਹੋਰ ਦੇ ਨਹੀਂ ਹਨ। ਤੁਹਾਡੇ ਅੰਦਰੋਂ ਹੀ ਤੁਹਾਡੇ ਦੁੱਖ ਅਤੇ ਸੁੱਖ ਫੁੱਟਦੇ ਹਨ ਤੇ ਅੰਦਰੋਂ ਬਾਹਰ ਆਉਂਦੇ ਹਨ। ਤੁਸੀਂ ਜੀਵਨ ਵਿਚ ਜਿਵੇਂ ਦਾ ਸੋਚਦੇ ਹੋ, ਉਂਵ ਦੇ ਹੀ ਤੁਸੀਂ ਹੋ, ਅਤੇ ਜਿਵੇਂ ਤੁਸੀਂ ਨਿਰੰਤਰ ਸੋਚਦੇ ਰਹਿੰਦੇ ਹੋ, ਉਂਵ ਦੇ ਤੁਸੀਂ ਬਣੇ ਰਹਿੰਦੇ ਹੋ।

ਮਜ਼ਬੂਤ ਲੋਕ ਕਮਜ਼ੋਰ ਲੋਕਾਂ ਦੀ ਮਦਦ ਲਈ ਨਿਸ਼ਚਿਤ
ਤੌਰ 'ਤੇ ਅੱਗੇ ਆਉਂਦੇ ਹਨ, ਬਸ਼ਰਤੇ ਕਮਜ਼ੋਰ ਲੋਕ
ਵੀ ਮਦਦ ਲੈਣ ਲਈ ਕਦਮ ਅੱਗੇ ਵਧਾਣ।

ਸੰਸਾਰ ਦਾ ਇਹ ਬੇਬਾਕ ਸੱਚ ਹੈ ਕਿ ਮਜ਼ਬੂਤ ਲੋਕ ਕਮਜ਼ੋਰ ਲੋਕਾਂ ਦੀ ਉਦੋਂ ਤਕ ਮਦਦ ਨਹੀਂ ਕਰਦੇ, ਜਦੋਂ ਤਕ ਕਿ ਕਮਜ਼ੋਰ ਲੋਕ ਮਦਦ ਲੈਣ ਲਈ ਚਾਹਵਾਨ ਨਾ ਹੋਣ। ਬਾਵਜੂਦ ਇਸ ਦੇ ਉਦੋਂ ਵੀ ਕਮਜ਼ੋਰ ਵਿਅਕਤੀ ਨੂੰ ਆਪ ਹੀ ਮਜ਼ਬੂਤ ਹੋਣਾ ਪਵੇਗਾ, ਉਸ ਨੂੰ ਆਪ ਹੀ ਆਪਣੀਆਂ ਕੋਸ਼ਿਸ਼ਾਂ ਦੇ ਮਾਧਿਅਮ ਨਾਲ ਉਸ ਤਾਕਤ ਨੂੰ ਵਿਕਸਿਤ ਤੇ ਅਰਜਿਤ ਕਰਨਾ ਹੋਵੇਗਾ, ਜਿਸਦੀ ਹਮੇਸ਼ਾ ਹੋਰ ਲੋਕ ਸ਼ਲਾਘਾ ਕਰਦੇ ਹੋਣ। ਯਾਦ ਰੱਖੋ, ਕੇਵਲ ਤੁਸੀਂ ਆਪ ਹੀ ਆਪਣੀਆਂ ਪਰਿਸਥਿਤੀਆਂ ਦੇ ਨਿਰਮਾਤਾ ਹੋ ਅਤੇ ਤੁਸੀਂ ਹੀ ਇਸ ਵਿਚ ਬਦਲਾਅ ਲਿਆ ਸਕਦੇ ਹੋ।

ਕੇਵਲ ਵਿਚਾਰਾਂ ਨੂੰ ਆਕਾਸ਼ ਦੀਆਂ ਟੀਸੀਆਂ ਤਕ ਲੈ
ਜਾਉਣ 'ਤੇ ਹੀ ਅਸੀਂ ਟੀਸੀਆਂ ਤਕ ਪਹੁੰਚ ਸਕਦੇ ਹਾਂ,
ਉਦੋਂ ਅਸੀਂ ਮਨਚਾਹੀ ਜਿੱਤ ਨੂੰ ਪ੍ਰਾਪਤ ਅਤੇ
ਸਾਰਾ ਕੁੱਝ ਹਾਸਿਲ ਕਰ ਸਕਦੇ ਹਾਂ।

"ਜੀਵਨ ਵਿਚ ਜਿਵੇਂ ਤੁਸੀਂ ਸੋਚਦੇ ਹੋ, ਉਵੇਂ ਦੇ ਤੁਸੀਂ ਹੋ, ਜਿਵੇਂ ਤੁਸੀਂ ਸੋਚਦੇ ਰਹਿੰਦੇ ਹੋ, ਤਿਵੇਂ ਤੁਸੀਂ ਬਣਦੇ ਰਹਿੰਦੇ ਹੋ।" ਇਹ ਕ੍ਰਮ ਹੈ, ਜੋ ਕਿ ਨਹੀਂ ਬਦਲਦਾ। ਜ਼ੁਲਮ ਕਰਨ ਵਾਲੇ ਅਤੇ ਜ਼ੁਲਮ ਸਹਿਣ ਕਰਨ ਵਾਲੇ ਦੋਵੇਂ ਹੀ ਅਗਿਆਨਤਾ ਕਾਰਨ ਸਹਿਯੋਗ ਦਿੰਦੇ ਹਨ। ਦੋਵੇਂ ਹੀ ਇਕ-ਦੂਜੇ ਨੂੰ ਤਕਲੀਫ਼

ਪਹੁੰਚਾਉਂਦੇ ਹਨ, ਅਸਲੀਅਤ ਵਿਚ ਉਹ ਆਪਣੇ-ਆਪ ਨੂੰ ਤਕਲੀਫ਼ ਦੇ ਰਹੇ ਹੁੰਦੇ ਹਨ। ਸਧਾਰਨ ਤੌਰ 'ਤੇ ਕਿਸੇ ਵਿਅਕਤੀ ਵਲੋਂ ਅਰਜਿਤ ਖ਼ੁਸ਼ਹਾਲੀ ਨੂੰ ਪੂਰਨ ਗਿਆਨ, ਕਰਮ ਦੇ ਨਿਯਮ ਦੁਆਰਾ ਮਜ਼ਲੂਮਦੀ ਕਮਜ਼ੋਰੀ ਅਤੇ ਜ਼ੁਲਮ ਕਰਨ ਵਾਲੇ ਦੀ ਦਮਨਕਾਰੀ ਸ਼ਕਤੀ ਦੇ ਰੂਪ ਵਿਚ ਦੇਖਿਆ ਜਾਂਦਾ ਹੈ। ਸ੍ਰਿਸ਼ਟੀ ਦੇ ਨਿਯਮ ਅਨੁਸਾਰ ਸੰਪੂਰਨ ਪਿਆਰ; ਦੋਨਾਂ ਦੇ ਹੀ ਤਕਲੀਫ਼ਾਂ ਨੂੰ ਦੇਖ ਕੇ, ਕਿਸੇ ਦੀ ਵੀ ਨਿੰਦਾ ਨਹੀਂ ਕਰਦੀ; ਪੂਰਨ ਹਮਦਰਦੀ ਜ਼ੁਲਮ ਕਰਨ ਵਾਲੇ ਅਤੇ ਜ਼ੁਲਮ ਸਹਿਣ ਵਾਲੇ ਭਾਵ ਦੋਨਾਂ ਨੂੰ ਹੀ ਅਪਣਾਉਂਦੀ ਹੈ।

ਜਿਸ ਕਿਸੇ ਨੇ ਵੀ ਆਪਣੀ ਕਮਜ਼ੋਰੀ 'ਤੇ ਜਿੱਤ ਪ੍ਰਾਪਤ ਕਰ ਲਈ ਹੈ, ਅਤੇ ਸਾਰੇ ਸੁਆਰਥੀ ਵਿਚਾਰਾਂ ਨੂੰ ਤਿਆਗ ਦਿੱਤਾ ਹੈ। ਇਹੋ ਜਿਹਾ ਵਿਅਕਤੀ ਨਾ ਤੇ ਦਮਨਕਾਰੀ ਹੁੰਦਾ ਹੈ ਅਤੇ ਨਾ ਹੀ ਦਮਨ ਸਵੀਕਾਰ ਕਰਦਾ ਹੈ। ਸਹੀ ਅਰਥਾਂ ਵਿਚ ਉਹ ਪੂਰਨ ਤੌਰ 'ਤੇ ਮੁਕਤ ਹੈ।

ਅਸੀਂ ਭਾਵੇਂ ਚੰਗੇ ਵਿਚਾਰਾਂ ਨੂੰ ਚੁਣਿਆ ਹੋਵੇ ਜਾਂ ਬੁਰੇ ਵਿਚਾਰਾਂ ਨੂੰ; ਅਸੀਂ ਹਰ ਸਥਿਤੀ ਵਿਚ ਉਹਨਾਂ ਹੀ ਸੀਮਾਵਾਂ ਅੰਦਰ ਬੰਨ੍ਹੇ ਹੋਏ ਹੁੰਦੇ ਹਾਂ।

ਅਸੀਂ ਆਪਣੇ ਵਿਚਾਰਾਂ ਨੂੰ ਉੱਚਾਈਂ 'ਤੇ ਲੈ ਜਾ ਕੇ ਹੀ ਉੱਚਾਈਆਂ ਨੂੰ ਪ੍ਰਾਪਤ ਕਰ ਸਕਦੇ ਹਾਂ, ਜਿੱਤ ਪਾ ਸਕਦੇ ਹਾਂ ਅਤੇ ਉਹ ਸਾਰਾ ਕੁੱਝ ਪਾ ਸਕਦੇ ਹਾਂ, ਜਿਸ ਦੀ ਅਸੀਂ ਇੱਛਾ ਕੀਤੀ ਸੀ। ਜੇ ਅਸੀਂ ਆਪਣੇ ਵਿਚਾਰਾਂ ਨੂੰ ਉੱਤਾਂਹ ਵੱਲ ਨਾ ਲੈ ਜਾਈਏ ਤਾਂ ਫਿਰ ਅਸੀਂ ਕੇਵਲ ਬੇਅਰਥੇ, ਕਮਜ਼ੋਰ, ਨੀਚ ਅਤੇ ਦੁਖੀ ਵਿਅਕਤੀ ਬਣ ਕੇ ਰਹਿ ਜਾਵਾਂਗੇ।

ਕੁੱਝ ਵੀ ਪ੍ਰਾਪਤ ਕਰਨ ਤੋਂ ਪਹਿਲਾਂ, ਭਾਵੇਂ ਉਹ ਸੰਸਾਰਿਕ ਵਸਤੂ ਹੀ ਕਿਉਂ ਨਾ ਹੋਵੇ, ਸਾਨੂੰ ਆਪਣੇ ਅੰਦਰੋਂ ਉੱਠਣ ਵਾਲੇ ਵਿਚਾਰਾਂ ਨੂੰ ਭੋਗ-ਵਿਲਾਸਾਂ ਤੋਂ ਉੱਪਰ ਚੁੱਕਣਾ ਚਾਹੀਦਾ ਹੈ। ਸਾਨੂੰ ਸਫਲਤਾ ਲਈ ਸਾਰੇ ਸੁਆਰਥ ਛੱਡਣ ਦੀ ਲੋੜ ਨਹੀਂ ਹੈ, ਲੇਕਿਨ ਇਸ ਦੇ ਕੁੱਝ ਹਿੱਸਿਆਂ ਨੂੰ ਜ਼ਰੂਰ ਛੱਡ ਦੇਣਾ

ਚਾਹੀਦਾ ਹੈ। ਜੇਕਰ ਸਾਡੇ ਮੁੱਖ ਵਿਚਾਰਾਂ ਵਿਚ ਵਿਲਾਸਿਤਾ ਹੀ ਹੈ, ਤਾਂ ਅਸੀਂ ਸਪੱਸ਼ਟ ਤੌਰ 'ਤੇ ਵਿਚਾਰਾਂ ਨੂੰ ਸੋਚ ਨਹੀਂ ਪਾਉਂਦੇ ਅਤੇ ਇਸੇ-ਲਈ, ਹਰ ਖੇਤਰ ਵਿਚ ਅਸਫਲ ਹੁੰਦੇ ਹਾਂ। ਜਦੋਂ ਤੱਕ ਅਸੀਂ ਆਪਣੇ ਵਿਚਾਰਾਂ ਨੂੰ ਪ੍ਰਭਾਵਸ਼ਾਲੀ ਤਰੀਕਿਆਂ ਨਾਲ ਨਿਯਮਤ ਤੇ ਨਿਯੰਤਰਿਤ ਨਹੀਂ ਕਰਦੇ, ਉਦੋਂ ਤੱਕ ਅਸੀਂ ਵੱਖ-ਵੱਖ ਕਾਰਜਾਂ ਤੇ ਗੰਭੀਰ ਜਿੰਮੇਵਾਰੀਆਂ ਨੂੰ ਨਿਭਾਉਣ ਦੇ ਕਾਬਲ ਨਹੀਂ ਹੋ ਪਾਵਾਂਗੇ। ਅਸੀਂ ਪਦਾਰਥਕ ਤੌਰ 'ਤੇ ਦੇਖੀਏ ਤਾਂ ਆਪਣੇ-ਆਪ ਨੂੰ ਇਕੱਲਿਆਂਵੀ ਦੇਖ ਸਕਦੇ ਹਾਂ, ਪਰ ਆਂਤਰਿਕ ਤੌਰ 'ਤੇ ਦੇਖੀਏ ਤਾਂ ਅਜਿਹੀ ਪਰੀਸਥਿਤੀਆਂ ਵਿਚ ਨਾ ਹੀ ਅਸੀਂ ਇਕੱਲੇ ਕੰਮ ਕਰਨ ਲਈ ਸੁਤੰਤਰ ਹਾਂ ਅਤੇ ਨਾ ਹੀ ਬਿਨਾਂ ਕਿਸੇ ਦੇ ਸਹਾਰੇ ਖੜੇ ਹੋ ਸਕਦੇ ਹਾਂ। ਇਹ ਵਿਚਾਰ ਹੀ ਹੈ, ਜੋ ਸਾਨੂੰ ਇਕੱਲੇਪਨ ਦਾ ਅਹਿਸਾਸ ਨਹੀਂ ਹੋਣ ਦਿੰਦਾ। ਇਨ੍ਹਾਂ ਨੂੰ ਅਸੀਂ ਆਪ ਚੁਣਿਆ ਹੈ, ਇਹ ਚੰਗੇ-ਮਾੜੇ ਜਿਵੇਂ ਦੇ ਵੀ ਹੋਣ, ਇੰਨ੍ਹਾਂ ਦੀ ਚੋਣ ਅਸੀਂ ਆਪ ਹੀ ਕੀਤੀ ਹੈ। ਅਸੀਂ ਇਸ ਦੇ ਦਾਇਰੇ ਵਿਚ ਹੀ ਬੰਨ੍ਹੇ ਹੋਏ ਹੁੰਦੇ ਹਾਂ।

ਸੁਖਮ ਸਾਵਧਾਨੀ ਰਾਹੀਂ ਹੀ ਅਸੀਂ ਆਪਣੇ ਜੀਵਨ ਵਿਚ ਚੰਗੇ ਵਿਚਾਰਾਂ ਨਾਲ ਪ੍ਰਾਪਤ ਸਫਲਤਾਵਾਂ ਨੂੰ ਨਿਰੰਤਰ ਬਣਾਈ ਰੱਖ ਸਕਦੇ ਹਾਂ।

ਤਿਆਗ ਕੀਤੇ ਬਿਨਾਂ ਨਾ ਤੇ ਕਿਸੇ ਪ੍ਰਕਾਰ ਦੀ ਕੋਈ ਪ੍ਰਗਤੀ ਹੋ ਸਕਦੀ ਹੈ, ਅਤੇ ਨਾ ਹੀ ਕੋਈ ਪ੍ਰਾਪਤੀ ਹਾਸਿਲ ਕੀਤੀ ਜਾ ਸਕਦੀ ਹੈ, ਕਿਉਂਕਿ ਜੀਵਨ ਵਿਚ ਹਰ ਇਕ ਚੀਜ਼ ਨੂੰ ਹਾਸਿਲ ਕਰਨ ਦੇ ਬਦਲੇ ਸਾਨੂੰ ਉਸ ਦਾ ਮੁੱਲ ਅਵੱਸ਼ ਚੁਕਾਉਣਾ ਪੈਂਦਾ ਹੈ। ਸਾਡੀ ਸੰਸਾਰਿਕ ਸਫਲਤਾ ਇਸ ਗੱਲ ਨਾਲ ਸਿੱਧੇ ਤੌਰ 'ਤੇ ਸੰਬੰਧਿਤ ਹੁੰਦੀ ਹੈ ਕਿ ਅਸੀਂ ਕਿਸ ਹੱਦ ਤੱਕ ਸੁਆਰਥ, ਵਿਲਾਸਿਤਾ ਦੇ ਵਿਚਾਰਾਂ 'ਤੇ ਕਾਬੂ ਕੀਤਾ ਹੈ ਅਤੇ ਆਪਣੇ ਮਨ ਨੂੰ ਆਪਣੀਆਂ ਯੋਜਨਾਵਾਂ ਨਾਲ ਵਿਕਸਿਤ ਅਤੇ ਆਪਣੇ ਸੰਕਲਪ ਤੇ ਆਤਮ-ਨਿਰਭਰਤਾ ਨੂੰ ਮਜ਼ਬੂਤ ਕਰਨ ਵਿਚ ਲਾਇਆ ਹੈ। ਅਸੀਂ ਆਪਣੇ ਵਿਚਾਰਾਂ ਨੂੰ ਜਿੰਨਾ ਉੱਚੇ ਤੋਂ ਉੱਚਾ ਰੱਖਾਂਗੇ, ਅਸੀਂ ਉੱਨੇ ਹੀ ਜ਼ਿਆਦਾ ਮਰਦਾਨਾ, ਸਿੱਧਾ ਅਤੇ ਆਦਰਸ਼ਵਾਦੀ ਬਣ

ਪਾਵਾਂਗੇ। ਇਸ ਦੇ ਨਾਲ ਉੱਨੀ ਹੀ ਵੱਧ ਸਾਡੀ ਸਫਲਤਾ ਹੋਵੇਗੀ ਅਤੇ ਸਾਡੀ ਪ੍ਰਾਪਤੀਆਂ ਵੀ ਉੱਨੀ ਹੀ ਜ਼ਿਆਦਾ ਸਕਾਰਾਤਮਕ, ਸਥਾਈ ਅਤੇ ਲੋਕਾਂ ਦੇ ਪਿਆਰ ਅਤੇ ਅਸੀਸਾਂ ਨਾਲ ਭਰੀਆਂ ਹੋਣਗੀਆਂ।

ਲਾਲਚੀ, ਬੇਈਮਾਨ ਅਤੇ ਨਕਾਰਾਤਮਕ ਵਿਚਾਰਾਂ ਦੇ ਮਨੁੱਖ ਦਾ ਬ੍ਰਹਿਮੰਡ ਕਦੇ ਵੀ ਸਾਥ ਨਹੀਂ ਦਿੰਦਾ, ਹਾਲਾਂਕਿ ਸਤਹੀ ਤੌਰ 'ਤੇ ਇਹ ਲੱਗ ਸਕਦਾ ਹੈ ਕਿ ਇਹ ਸੱਚ ਨਹੀਂ ਹੈ, ਪਰ, ਅਸਲ ਵਿਚ ਇਹੋ ਜਿਹਾ ਨਹੀਂ ਹੁੰਦਾ। ਬ੍ਰਹਿਮੰਡ ਈਮਾਨਦਾਰ, ਉਦਾਰ ਦਿਲ, ਨੇਕ ਇਨਸਾਨਾਂ ਦੀ ਮਦਦ ਕਰਦਾ ਹੈ। ਵੱਖ-ਵੱਖ ਯੁਗਾਂ ਦੇ ਮਹਾਨ ਗੁਰੂਆਂ ਨੇ ਭਿੰਨ-ਭਿੰਨ ਤਰੀਕਿਆਂ ਨਾਲ ਦੱਸਿਆ ਹੈ, ਅਤੇ ਇਸ ਨੂੰ ਜਾਣਨ ਅਤੇ ਸੱਚ ਸਾਬਤ ਕਰਨ ਲਈ ਤੁਹਾਨੂੰ ਆਪਣੇ ਸੁਖਦ ਵਿਚਾਰਾਂ ਨੂੰ ਸਕਾਰਾਤਮਕ ਤੇ ਉੱਚਾਚੁੱਕ ਕੇ ਆਪਣੇ-ਆਪ ਨੂੰ ਵੱਧ ਤੋਂ ਵੱਧ ਗੁਣਕਾਰੀ ਬਣਨ ਕੇ ਕਾਰਜ ਕਰਨੇ ਹੋਣਗੇ।

ਮਨੁੱਖ ਦੇ ਜੀਵਨ ਵਿਚ ਉੱਚਾਈ 'ਤੇ ਪਹੁੰਚਣ ਤੋਂ
ਜ਼ਿਆਦਾ ਪਰੇਸ਼ਾਨੀ ਉਸ ਉੱਚਾਈ
'ਤੇ ਬਣੇ ਰਹਿਣਾ ਹੁੰਦਾ ਹੈ।

ਪ੍ਰਾਕਿਰਤਕ ਸੁੰਦਰਤਾ, ਬੌਧਿਕ ਪ੍ਰਾਪਤੀਆਂ, ਗਿਆਨ ਦੀ ਖੋਜ ਜਾਂ ਫਿਰ ਜੀਵਨ ਦਾ ਆਨੰਦ, ਇਹ ਸਾਰਾ ਕੁੱਝ ਸੱਚ ਦੀ ਖੋਜ ਵਿਚ ਸਮਰਪਿਤ ਵਿਚਾਰਾਂ ਦੀ ਹੀ ਸਿੱਟਾ ਹੈ। ਇੰਨਾਂ ਪ੍ਰਾਪਤੀਆਂ ਨੂੰ ਕਈ ਵਾਰ ਵਿਅਰਥ ਤੇ ਲਾਲਸਾ ਨਾਲ ਜੋੜਿਆ ਜਾ ਸਕਦਾ ਹੈ। ਲੇਕਿਨ ਇਹ ਸਾਰਾ ਕੁੱਝ ਇਨ੍ਹਾਂ ਵਿਸ਼ੇਸ਼ਤਾਵਾਂ ਦਾ ਸਿੱਟਾ ਨਹੀਂ ਹੈ, ਬਲਕਿ ਨਿਰੰਤਰ ਲੰਮੇ ਸਮੇਂ ਤੋਂ ਕੀਤੀ ਗਈ ਕਰੜੀ ਮਿਹਨਤ ਦਾ ਖਾਲਿਸਅਤੇ ਨਿਸੁਆਰਥ ਵਿਚਾਰਾਂ ਦਾ ਸੁਭਾਵਿਕ ਨਤੀਜ਼ਾ ਹੈ।

ਅਧਿਆਤਮਕ ਪ੍ਰਾਪਤੀਆਂ, ਪਵਿੱਤਰ ਇੱਛਾਵਾਂ ਦੀ ਸੰਪੂਰਨਤਾ ਹਨ। ਜਿਹੜੇ ਲੋਕ ਲਗਾਤਾਰ ਨੇਕ ਤੇ ਉੱਚ ਵਿਚਾਰਾਂ ਦੀ ਭਾਵਨਾ ਰੱਖਦੇ ਹਨ, ਜੋ ਉਨਾਂ ਸਾਰਿਆਂ 'ਤੇ ਚਿੰਤਨ ਕਰਦੇ ਰਹਿੰਦੇ ਹਨ, ਜੋ ਖਾਲਿਸ ਅਤੇ ਨਿਸੁਆਰਥੀ ਹਨ;

ਸੂਰਜ ਤੇ ਚੰਨ ਬਕਾਇਆ ਪੂਰਨਤਾ ਵਾਂਗ ਅਵੱਸ਼ ਹੀ ਆਪਣੇ ਚਰਿੱਤਰ ਵਿਚ ਨੇਕ ਤੇ ਗਿਆਨੀ ਬਣਦੇ ਹਨ ਅਤੇ ਇਕ ਪ੍ਰਭਾਵਸ਼ਾਲੀ ਤੇ ਬਿਹਤਰ ਸਥਿਤੀ 'ਚ ਉੱਚਾਈ ਤੱਕ ਪਹੁੰਚਦੇ ਹਨ।

ਕਿਸੇ ਵੀ ਪ੍ਰਕਾਰ ਦੀ ਪ੍ਰਾਪਤੀ, ਕੋਸ਼ਿਸ਼ਾਂ ਦਾ ਹੀ ਤਾਜ ਹੈ, ਵਿਚਾਰਾਂ ਦਾ ਤਾਜ ਹੈ। ਵਿਵਸਥਿਤ ਤੌਰ 'ਤੇ ਨਿਰਦੇਸ਼ਤ ਵਿਚਾਰ, ਸੰਕਲਪ, ਆਤਮ-ਸੰਜਮ ਅਤੇ ਸਾਧੁਤਾ ਦੀ ਮਦਦ ਦੇ ਜ਼ਰੀਏ ਹੀ ਅਸੀਂ ਉਤਾਂਹ ਵੱਲ ਉੱਠਦੇ ਹਾਂ; ਆਲਸ, ਆਤਮ-ਸੰਜਮ ਦੀ ਕਮੀ ਅਤੇ ਵਿਚਾਰਾਂ ਤੋਂ ਪੈਦਾ ਹੋਈ ਨਕਾਰਾਤਮਕਤਾ ਹੀ ਸਾਡੇ ਪਤਨ ਦਾ ਕਾਰਣ ਬਣਦੀ ਹੈ।

ਅਸੀਂ ਇਸ ਸੰਸਾਰ ਵਿਚ ਹਰ ਉਸ ਉੱਚੀ ਤੋਂ ਉੱਚੀ ਸਫਲਤਾ ਨੂੰ ਪ੍ਰਾਪਤ ਕਰ ਸਕਦੇ ਹਾਂ, ਅਤੇ ਅਧਿਆਤਮਿਕ ਲੋਕ ਵਿਚ ਵੀ ਉੱਚੀ ਤੋਂ ਉੱਚੀ ਸਥਿਤੀ ਤੱਕ ਉੱਪਰ ਚੁੱਕ ਸਕਦੇ ਹਾਂ। ਦੂਜੇ ਪਾਸੇ, ਅਸੀਂ ਫਿਰ ਨਿੰਦਕ, ਹੰਕਾਰੀ, ਸੁਆਰਥੀ ਤੇ ਨਕਾਰਾਤਮਕ ਵਿਚਾਰਾਂ ਨੂੰ ਆਤਮਸਾਤ ਕਰ ਕੇ ਕਮਜ਼ੋਰ ਅਤੇ ਮਾੜੀ ਸਥਿਤੀ ਵਿਚ ਪਹੁੰਚ ਸਕਦੇ ਹਾਂ।

ਇਸ ਸੰਸਾਰ ਦੇ ਮਸੀਹਾ ਉਹੀ ਲੋਕ ਹਨ,
ਜੋ ਸੁਫਨੇ ਦੇਖਦੇ ਹਨ।

ਠੀਕ ਤਰੀਕੇ ਨਾਲ ਸਮਝੋ ਤਾਂ ਸਕਾਰਾਤਮਕ ਵਿਚਾਰਾਂ ਰਾਹੀਂ ਪ੍ਰਾਪਤ ਜਿਤ ਨੂੰ ਕੇਵਲ ਸੁਚੇਤਨਾ ਰਾਹੀਂ ਬਣਾਈ ਰੱਖਿਆ ਜਾ ਸਕਦਾ ਹੈ। ਜਦੋਂ ਸਫਲਤਾ ਮਿਲਣਾ ਨਿਸ਼ਚਿਤ ਹੁੰਦਾ ਹੈ, ਉਦੋਂ ਬਹੁਤੇ ਲੋਕ ਪਿੱਛੇ ਰਹਿ ਜਾਂਦੇ ਹਨ ਅਤੇ ਉਨ੍ਹਾਂ ਨੂੰ ਅਸਫਲਤਾ ਪ੍ਰਾਪਤ ਹੁੰਦੀ ਹੈ।

ਹਰ ਤਰ੍ਹਾਂ ਦੀਆਂ ਸਫਲਤਾਵਾਂ, ਭਾਵੇਂ ਉਹ ਕਾਰੋਬਾਰੀ ਹੋਣ, ਬੌਧਿਕ ਹੋਣ ਜਾਂ ਅਧਿਆਤਮਿਕ, ਨਿਸ਼ਚਿਤ ਤੌਰ 'ਤੇ ਤੁਹਾਡੇ ਵੱਲੋਂ ਨਿਰੰਤਰ ਨਿਰਦੇਸ਼ਤ ਵਿਚਾਰਾਂ ਦਾ ਹੀ ਸਿੱਟਾ ਹੁੰਦੀਆਂ ਹਨ, ਅਤੇ ਇਹ ਉਸੇ ਨਿਯਮ ਦੇ ਅਧੀਨ ਹੈ ਅਤੇ ਇਸਦਾ ਇਹੀ ਤਰੀਕਾ ਵੀ ਹੈ। ਅੰਤਰ ਸਿਰਫ਼ ਇੰਨਾ

ਹੈ ਕਿ ਤੁਹਾਡਾ *ਸਫਲਤਾ ਪ੍ਰਾਪਤੀ ਦਾ ਟੀਚਾ* ਅਸਲ ਵਿਚ ਕਿੰਨਾ ਵੱਡਾ ਹੈ।

ਉਹ, ਜਿਨ੍ਹਾਂ ਨੇ ਜੀਵਨ ਵਿਚ ਥੋੜ੍ਹਾ ਕੁੱਝ ਹਾਸਿਲ ਕੀਤਾ ਹੈ, ਅਸਲ ਵਿਚ ਉਨ੍ਹਾਂ ਨੇ ਜੀਵਨ ਵਿਚ ਥੋੜ੍ਹਾ ਹੀ ਤਿਆਗ ਕੀਤਾ ਹੁੰਦਾ ਹੈ। ਦੂਜੇ ਪਾਸੇ, ਅਜਿਹੇ ਮਹਾਨਤਮ ਵਿਅਕਤੀ ਜਿਨ੍ਹਾਂ ਨੇ ਜੀਵਨ 'ਚ ਬਹੁਤੀ ਉੱਚਾਈ ਪ੍ਰਾਪਤ ਕੀਤੀ ਹੋਈ ਹੁੰਦੀ ਹੈ, ਅਸਲ ਵਿਚ ਉਨ੍ਹਾਂ ਦਾ ਤਿਆਗ ਹੋਰਾਂ ਦੇ ਮੁਕਾਬਲੇ ਵੱਡਾ ਹੁੰਦਾ ਹੈ।

6
___

ਉੱਚੇ ਆਦਰਸ਼ ਅਤੇ
ਸੋਹਣੀ ਕਲਪਨਾ

ਸੁਫ਼ਨਾ ਦੇਖਣ ਵਾਲੇ ਮਨੁੱਖ ਸਹੀ ਰੂਪ ਵਿਚ ਇਸ ਸੰਸਾਰ ਦੇ ਮੁਕਤੀਦਾਤਾ ਹਨ। ਆਮ ਤੌਰ 'ਤੇ ਸਧਾਰਨ ਨਜ਼ਰਾਂ ਨਾਲ ਦਿਖਣ ਵਾਲਾ ਇਹ ਸੰਸਾਰ ਅਦਿੱਖਦੁਆਰਾ ਪਾਲਿਆ ਹੁੰਦਾ ਹੈ। ਉਸੇ ਪ੍ਰਕਾਰ ਜਿਵੇਂ ਮਨੁੱਖਤਾਸਾਰੀਆਂ ਪ੍ਰੀਖਿਆਵਾਂ, ਦੁੱਖਾਂ ਤੇ ਕਸ਼ਟਾਂ ਵਿਚ, ਉਸਦੇ ਸੁਫ਼ਨ-ਦਰਸ਼ੀਆਂਦੀ ਸੋਹਣੀ ਕਲਪਨਾਵਾਂ ਰਾਹੀਂ ਪੋਸੀਆਂ ਜਾਂਦੀਆਂਹਨ। ਮਨੁੱਖੀ ਸਭਿਅਤਾ ਆਪਣੇ ਉੱਚ ਆਦਰਸ਼ਾਂ ਪਰਿਪੂਰਨ ਸੁਪਨ-ਦ੍ਰਿਸ਼ਟਾਵਾਂ ਨੂੰ ਭੁੱਲ ਨਹੀਂ ਸਕਦੀ; ਉਹ ਉਨ੍ਹਾਂ ਦੇ ਆਦਰਸ਼ਾਂ ਨੂੰ ਇਵੇਂ ਹੀ ਨਸ਼ਟ ਨਹੀਂ ਹੋਣ ਦੇ ਸਕਦੀ; ਇਹ ਆਦਰਸ਼ ਵਿਚਾਰ ਅਤੇ ਕਲਪਨਾਵਾਂ ਮਨੁੱਖ ਦੇ ਅੰਦਰ ਹੀ ਰਹਿੰਦੀਆਂ ਹਨ; ਮਨੁੱਖਤਾ ਇਨ੍ਹਾਂ ਨੂੰ ਹਮੇਸ਼ਾ ਤੋਂ ਹੀ ਅਸਲੀਅਤਾਂ ਦੇ ਰੂਪ ਵਿਚ ਮੰਨਦੀ ਆਈ ਹੈ, ਜੋ ਕਿ ਇਕ ਦਿਨ ਉਹ ਉਸ ਨੂੰ ਦੇਖਣਗੇ ਅਤੇ ਅਸੀਂ ਇਸ ਨੂੰ ਜਾਣ ਪਾਣਗੇ।

ਪੈਗੰਬਰ, ਸੰਤ, ਮੁਨਿ, ਸੰਗੀਤਕਾਰ, ਮੂਰਤੀਕਾਰ, ਚਿੱਤਰਕਾਰ, ਲਿਖਾਰੀ, ਸਾਹਿਤਕਾਰ ਅਤੇ ਕਵੀ; ਇਹ ਸਾਰੇ ਅਸਲੀਅਤ ਤੋਂ ਵੱਖ ਦੁਨੀਆ ਦਾ ਨਿਰਮਾਣ ਕਰਦੇ ਹਨ, ਇਹ ਸਹੀ ਮਾਇਨਿਆਂ ਵਿਚ ਸੁਰਗ ਦੇ ਸ਼ਿਲਪੀ ਹਨ। ਇਹ ਦੁਨੀਆ ਇੰਨਾਂ ਮਿਹਨਤਕਸ਼ਾਂ ਸੁਪਨ-ਦਰਸ਼ੀਆਂ ਦੇ ਬਿਨਾਂ ਅੱਜ ਜਿੰਨੀ

ਸੁੰਦਰ ਹੈ, ਉਂਝ ਦੀ ਨਹੀਂ ਹੁੰਦੀ। ਇਹ ਨਹੀਂ ਹੋਣਗੇ, ਉਦੋਂ ਇਹ ਮਨੁੱਖਤਾ ਲੁਪਤ ਹੋ ਜਾਵੇਗੀ।

ਉਹ ਲੋਕ, ਜੋ ਆਪਣੇ ਹਿਰਦੇ ਵਿਚ ਇਕ ਸੋਹਣੀ ਕਲਪਨਾ ਅਤੇ ਉੱਚ ਆਦਰਸ਼ ਦੇ ਬੀਜਾਂ ਨੂੰ ਪੋਸਦੇ ਹਨ, ਉਹ ਇਕ ਦਿਨ ਸਾਕਾਰ ਹੋ ਜਾਣਗੇ। ਖੋਜੀ ਕੋਲੰਬਸ ਨੇ ਸਿਰਫ਼ ਆਪਣੇ ਹਿਰਦੇ ਵਿਚ ਆਪਣੇ ਤੋਂ ਲੱਖਾਂ ਮੀਲ ਦੂਰ ਇਕ ਦੇਸ਼ ਨੂੰ ਖੋਜਣ ਦੀ ਕਲਪਨਾ ਕੀਤੀ ਸੀ ਅਤੇ ਉਸ ਨੇ ਇਸ ਨੂੰ ਸਮੇਂ ਨਾਲ ਸਾਕਾਰ ਕਰ ਦਿੱਤਾ। ਕੋਪਰਨਿਕਸ ਨੇ ਇਸ ਸੰਸਾਰ ਦੀ ਅਨੇਕਤਾ ਅਤੇ ਇਕ ਵਿਸਤਰਿਤ ਬ੍ਰਹਿਮੰਡ ਦੇ ਹੋਣ ਦੀ ਕਲਪਨਾ ਦੇ ਬੀਜ਼ ਨੂੰ ਪਾਲਿਆਂ ਅਤੇ ਉਸ ਨੂੰ ਇਸ ਦੁਨੀਆਂ ਸਾਹਮਣੇ ਪ੍ਰਗਟ ਕਰ ਦਿੱਤਾ। ਬੁੱਧ ਨੇ ਨਿਸ਼ਕਲੰਕ ਸੁੰਦਰਤਾ ਅਤੇ ਸੰਸਾਰ ਲਈ ਪੂਰਨ ਸ਼ਾਂਤੀ ਦੇ ਅਧਿਆਤਮਿਕ ਜਗਤ ਦੀ ਕਲਪਨਾ ਨੂੰ ਸੰਜੋਇਆ; ਫਿਰ ਆਪ ਵੀ ਇਸ ਪੂਰਨ ਸ਼ਾਂਤੀ ਵਿਚ ਦਾਖਲ ਹੋਗਏ।

ਲਗਾਤਾਰ ਆਪਣੀਆਂ ਕਲਪਨਾਵਾਂ ਦੀ ਪਾਲਨਾ ਕਰੋ,
ਉਨ੍ਹਾਂ ਨੂੰ ਆਕਾਰ ਦੇਣ ਲਈ ਉਨ੍ਹਾਂ ਦੀ ਪਾਲਨਾ ਕਰੋ।

ਤੁਸੀਂ ਆਪਣੀਆਂ ਕਲਪਨਾਵਾਂ ਨੂੰ ਸੀਂਚੋ, ਪਲੋਸੋ, ਉਨ੍ਹਾਂ ਨੂੰ ਆਕਾਰ ਦੇਣ ਦੀ ਕਲਪਨਾ ਕਰੋ। ਇਸ ਤੋਂ ਬਾਅਦ ਹੀ ਉਨ੍ਹਾਂ ਵਿੱਚੋਂ ਸਕਾਰਾਤਮਕ ਪਰੀਸਥਿਤੀਆਂ, ਚੰਗਾ ਵਾਤਾਵਰਨ ਦਾ ਜਨਮ ਹੋਵੇਗਾ ਅਤੇ ਇਹ ਇਕ ਵੇਲ ਵਾਂਗ ਅੱਗੇ ਵੱਧਣਗੇ। ਜੇਕਰ ਤੁਸੀਂ ਇਸਦੇ ਪ੍ਰਤੀ ਈਮਾਨਦਾਰ ਰਵ੍ਹੋਗੇ, ਤਾਂ ਅੰਤ ਵਿਚ ਤੁਹਾਡੇ ਮਨ ਦੇ ਸੰਸਾਰ ਦਾ ਨਿਰਮਾਣ ਹੋਵੇਗਾ।

ਚਾਹੁਣ ਨਾਲ ਤੁਹਾਡਾ ਪਾਉਣਾ ਸੰਭਵ ਹੈ, ਤਾਂਘ ਰੱਖਣ ਨਾਲ ਉਸ ਨੂੰ ਪ੍ਰਾਪਤ ਕਰ ਪਾਓਗੇ। ਕੀ ਸਾਡੀ ਆਮ ਇੱਛਾਵਾਂ ਦੀ ਪੂਰਤੀ ਪੂਰੀ ਤਰ੍ਹਾਂ ਹੋ ਜਾਣ ਤੇ ਸਾਡੀਆਂ ਸ਼ੁਭ ਅਤੇ ਮਹੱਤਵਪੂਰਨ ਆਂਕਖਾਵਾਂ ਪੋਸ਼ਣ ਦੀ ਕਮੀ ਤੋਂ ਨਸ਼ਟ ਹੋ ਜਾਣ? ਕੀ ਅਜਿਹਾ ਸੰਭਵ ਹੈ? ਖ਼ੁਸ਼ਕਿਸਮਤੀ ਨਾਲ ਬ੍ਰਹਿਮੰਡ ਦਾ ਇੱਕੋ ਹੀ ਨਿਜਮ ਹੈ ਉਹ ਹੈ – ਮੰਗੋ ਅਤੇ ਪਾਓ।

ਵੱਡੇ ਸੁਫਨੇ ਦੇਖੋ, ਅਤੇ ਤੁਸੀਂ ਜਿਹੋ ਜਿਹੇ ਸੁਫਨੇ ਦੇਖੋਗੇ, ਤੁਸੀਂ ਉੱਵ ਦੇ ਬਣ ਜਾਓਗੇ। ਤੁਹਾਡੀ ਕਲਪਨਾ ਉਸਦਾ ਵਚਨ ਹਨ ਜੋ ਤੁਸੀਂ ਇਕ ਦਿਨ ਬਣ ਜਾਓਗੇ, ਤੁਹਾਡੇ ਆਦਰਸ਼ ਉਸ ਦੀ ਭਵਿੱਖ ਬਾਣੀ ਹੈ, ਜਿਸ ਨੂੰ ਤੁਸੀਂ ਅੰਤ ਵਿਚ ਪਰਦਾ ਚੁੱਕ ਕੇ ਦੇਖ ਸਕੋਗੇ।

ਅੱਜ ਜਿੰਨੀ ਵੀ ਮਹਾਨਤਮ ਪ੍ਰਾਪਤੀਆਂ ਸਾਨੂੰ ਦਿਖਦੀਆ ਹਨ, ਉਹ ਲੰਮੇ ਸਮੇਂ ਤੱਕ ਕੇਵਲ ਇਕ ਸੁਫਨਾ ਹੀ ਸਨ। ਸ਼ਾਹਬਲੂਤ ਭਾਵ ਓਕ ਦਾ ਦਰਖਤ ਅੰਜੂਫ਼ੱਲ 'ਚ ਲੁੱਕਿਆ ਹੁੰਦਾ ਹੈ, ਨਿੱਕੀ ਜਿਹੀ ਚਿੜੀ ਆਂਡੇ ਦੇ ਅੰਦਰ ਪਲਦੀ ਹੈ ਅਤੇ ਆਤਮਾ ਦੀ ਉੱਚਤਮ ਕਲਪਨਾ ਵਿਚ ਜਾਗਰਿਤ ਮਨੁੱਖ ਹੀ ਪਰਮਾਤਮਾ ਦੇ ਦੂਤ ਬਣਦੇ ਹਨ। ਸਹੀ ਅਰਥਾਂ ਵਿਚ ਅਸਲੀਅਤ ਦੇ ਬੀਜ਼ ਸੁਫਨੇ ਹੀ ਹਨ।

ਯਕੀਨ ਜਾਣੋ; ਪੂਰੀ ਸ਼ਿੱਦਤ ਨਾਲ ਮੰਗੋ ਅਤੇ
ਤੁਹਾਨੂੰ ਉਹ ਮਿਲ ਜਾਵੇਗਾ।

ਤੁਹਾਡੀਆਂ ਪਰੀਸਥਿਤੀਆਂ ਗ਼ੈਰ-ਜਮਾਂਦਰੂ ਹੋ ਸਕਦੀਆਂ ਹਨ, ਲੇਕਿਨ ਇਹ ਸਾਰੇ ਲੰਮੇ ਸਮੇਂ ਤੱਕ ਨਹੀਂ ਰਵੇਗਾ, ਜੇਕਰ ਤੁਸੀਂ ਕੇਵਲ ਇਕ ਆਦਰਸ਼ ਵਿਚਾਰ ਨੂੰ ਮਨ ਵਿਚ ਨਾਲ ਲੈ ਕੇ ਉਸ ਨੂੰ ਪਾਉਣ ਲਈ ਜੀ-ਜਾਨ ਲਗਾ ਦਿਓ। ਤੁਹਾਨੂੰ ਇਹ ਯਾਤਰਾ ਬਾਹਰ ਤੋਂ *ਅੰਦਰ ਵੱਲ* ਕਰਨੀ ਹੋਵੇਗੀ, *ਬਾਹਰਲੇ ਬੂਹੇ* 'ਤੇ ਖੜ੍ਹੇ ਹੋ ਕੇ ਅੰਦਰੂਨੀ ਯਾਤਰਾ ਕਰਨੀ ਸੰਭਵ ਨਹੀਂ ਹੈ। ਇਕ ਨੌਜਵਾਨ, ਬੜੀ ਗ਼ਰੀਬੀ ਵਿਚ ਜ਼ਿੰਦਗੀ ਗੁਜ਼ਾਰ ਰਿਹਾ ਹੈ। ਗਰੀਬੀ ਦੇ ਨਾਲ ਕੰਮ ਦੇ ਬੋਝ ਹੇਠਾਂ ਦੱਬਿਆ ਹੋਇਆ ਹੈ, ਕਾਫ਼ੀ ਲੰਮੇ ਸਮੇਂ ਤੋਂ ਗ਼ੈਰ-ਸਿਹਤਮੰਦੀ ਮਾਹੌਲ ਵਾਲੀ ਪਰੀਸਥਿਤੀ ਵਿਚ ਜੀਵਨ ਬਤੀਤ ਕਰ ਰਿਹਾ ਹੈ, ਸਿੱਖਿਆ ਅਤੇ ਹਰ ਤਰ੍ਹਾਂ ਦੇ ਸੁਧਾਰਾਂ ਤੋਂ ਕੋਹਾਂ ਦੂਰ ਹੈ। ਪਰ ਬਿਹਤਰ ਜ਼ਿੰਦਗੀ ਜਿਉਣ ਦੇ ਸੁਫਨੇ ਦੇਖਦਾ ਹੈ ਅਤੇ ਉਹ ਬੁੱਧੀਮੱਤਾ, ਬਖਸ਼ਿਸ਼ਾਂ, ਨਿਮਰਤਾ ਅਤੇ ਸੁੰਦਰਤਾ ਦੀ ਕਲਪਨਾ ਆਪਣੇ ਜੀਵਨ ਵਿਚ ਕਰਦਾ ਹੈ। ਉਹ ਮਾਨਸਿਕ ਤੌਰ 'ਤੇ ਇਕ ਆਦਰਸ਼ ਜੀਵਨ ਪਰੀਸਥਿਤੀ ਦੀ ਕਲਪਨਾ ਕਰਦਾ ਹੈ ਅਤੇ ਆਜ਼ਾਦੀ ਨਾਲ ਭਰੇ ਜੀਵਨ ਦੇ ਖ਼ੁਆਬ ਦੇਖਦਾ ਹੈ ਅਤੇ ਇਹ ਵੱਡੀਆਂ ਤਾਂਘਾਂ ਉਸ ਦੇ ਮਨ ਵਿਚ ਡੂੰਘਿਆਈ ਤੱਕ ਸਮਾ

ਜਾਂਦੀ ਹੈ। ਮਨ ਤੋਂ ਉਪਜੀ ਇਸ ਵਿਆਕੁਲਤਾ ਕਾਰਣ ਉਹ ਚੰਗੇ ਕਰਮ ਕਰਨ ਲਈ ਪ੍ਰੇਰਿਤ ਹੁੰਦਾ ਹੈ ਅਤੇ ਆਪਣੇ ਬਚੇ ਹੋਏ ਸਮੇਂ ਤੇ ਸਾਧਨਾਂ ਨੂੰ, ਭਲੇ ਉਹ ਹੁਣੇ ਘੱਟ ਹਨ, ਪਰ ਆਪਣੀ ਸੁੱਤੀਆਂ ਹੋਈਆਂ ਸ਼ਕਤੀਆਂ ਅਤੇ ਸਾਧਨਾਂ ਨੂੰ ਜਗਾਉਣ ਵਿਚ ਉਨ੍ਹਾਂ ਦੇ ਵਿਕਾਸ ਕਰਨ ਵਿਚ ਲਗਾਉਂਦਾ ਹੈ। ਛੇਤੀ ਹੀ ਉਸ ਦੇ ਮਨ ਵਿਚ ਬਦਲਾਅ ਹੋਣੇ ਸ਼ੁਰੂ ਹੋ ਜਾਂਦੇ ਹਨ, ਉਹ ਉਸ ਕਾਰਖਾਨੇ ਵਿਚ ਬੰਨ੍ਹ ਕੇ ਨਹੀਂ ਰਹਿ ਪਾਉਂਦੇ। ਉਸਦੀ ਸੋਚ ਨਾਲ ਉਸਦਾ ਉਹ ਕਰਮ ਇੰਨਾ ਬੇਮੈਲ ਹੋ ਜਾਂਦਾ ਹੈ ਕਿ ਉਹ ਉਸ ਤੋਂ ਨਿਕਲਣ ਦੇ ਉਸੇ ਤਰ੍ਹਾਂ ਦੇ ਜਤਨ ਕਰਦਾ ਹੈ, ਜਿਵੇਂ ਕਿ ਕੋਈ ਵਿਅਕਤੀ ਆਪਣੇ ਮੈਲੇ ਕਪੜਿਆਂ ਨੂੰ ਕੱਢ ਕੇ ਸੁੱਟ ਦਿੰਦਾ ਹੈ। ਜਿਵੇਂ-ਜਿਵੇਂ ਉਸ ਲਈ ਉਸ ਦੇ ਵਿਚਾਰਾਂ ਦੇ ਅਨੁਰੂਪ ਅਵਸਰ ਵੱਧਦੇ ਜਾਂਦੇ ਹਨ, ਤਿਵੇਂ-ਤਿਵੇਂ ਉਸ ਦੀ ਆਤਮਿਕ ਸ਼ਕਤੀ ਤੇ ਕਾਰਜ ਖੇਤਰ, ਕਾਰਜ ਸਮਰੱਥਾ ਵਿਚ ਵਿਸਤਾਰ ਹੋਣ ਲੱਗ ਜਾਂਦਾ ਹੈ, ਅਤੇ ਅੰਤ ਵਿਚ ਹਮੇਸ਼ਾ ਲਈ ਆਪਣੇ ਉਸ ਨਰਕ ਵਰਗੇ ਜੀਵਨ ਤੋਂ ਬਾਹਰ ਨਿਕਲ ਆਉਂਦਾ ਹੈ। ਹੁਣ ਸਾਲਾਂ ਬਾਅਦ ਜਦੋਂ ਉਹ ਗਭਰੂਜਵਾਨ ਹੋ ਗਿਆ ਹੈ, ਉਦੋਂ ਅਸੀਂ ਦੇਖ ਸਕਦੇ ਹਾਂ ਕਿ ਉਹ ਮਨ ਦੀ ਕੁੱਝ ਨਿਸ਼ਚਿਤ ਸ਼ਕਤੀਆਂ ਦਾ ਮਾਲਿਕ ਵੀ ਬਣ ਚੁੱਕਿਆਂ ਹੈ। ਇਹ ਇਕ ਪ੍ਰਯੋਗ ਸਾਰੇ ਸੰਸਾਰ 'ਤੇ ਆਪਣਾ ਪ੍ਰਭਾਵ ਛੱਡਦਾ ਹੈ ਅਤੇ ਹੁਣ ਉਹ ਆਪਣੇ ਖੇਤਰ ਵਿਚ ਇਕ ਅਖਾਣ ਬਣ ਚੁੱਕਿਆਂ ਹੈ। ਇਸ ਬਾਲਗ ਦੇ ਮੋਢਿਆਂ 'ਤੇ ਹੁਣ ਨਵੀਂ, ਪਰ ਵੱਡੀ ਜ਼ਿੰਮੇਵਾਰੀ ਹੈ। ਉਸ ਦੇ ਕਹੇ ਗਏ ਸ਼ਬਦ ਹੁਣ ਲੋਕਾਂ ਦਾ ਜੀਵਨ ਬਦਲ ਦਿੰਦੇ ਹਨ। ਲੋਕ ਵੀ ਉਸ ਦੀਆਂ ਗੱਲਾਂ ਦੀ ਅੱਖਰ-ਅੱਖਰ ਪਾਲਨਾ ਕਰਦੇ ਹਨ ਅਤੇ ਆਪਣੇ ਵਿਚਾਰਾਂ ਨੂੰ ਚਰਿੱਤਰਾਂ ਦੇ ਨਵੇਂ ਸਾਂਚਿਆਂ ਵਿਚ ਢਾਲ ਲੈਂਦੇ ਹਨ। ਸੂਰਜ ਵਾਂਗ ਹੀ ਉਹ ਸਾਰਿਆਂ ਦਾ ਕੇਂਦਰ ਬਣ ਚੁੱਕਿਆਂ ਹੈ, ਜਿਸ ਦੇ ਚਾਰੇ ਪਾਸੇ ਲੋਕੀਂ ਪਰਕਰਮਾ ਕਰਦੇ ਹਨ। ਅਸਲ ਵਿਚ ਸਕਾਰਾਤਮਕ ਕਲਪਨਾ ਦੇ ਬਲਬੂਤੇ ਉਹ ਆਪਣੇ ਬਚਪਨ ਦੇ ਸੁਫਨਿਆਂ ਨੂੰ ਹੁਣ ਹਕੀਕਤ ਵਿਚ ਬਦਲ ਚੁੱਕਿਆ ਹੈ।

ਵੱਡੇ ਸੁਫਨੇ ਦੇਖੋ, ਜਿਵੇਂ ਤੁਸੀਂ ਸੁਫਨੇ ਦੇਖੋਗੇ,
ਉਂਵ ਦੇ ਹੀ ਬਣ ਜਾਵੋਗੇ।

ਇਸੇ ਪ੍ਰਕਾਰ ਤੁਸੀਂ ਵੀ ਆਪਣੇ ਸੁਫਨਿਆਂ ਨੂੰ ਸਾਕਾਰ ਕਰ ਸਕਦੇ ਹੋ। ਭਾਵੇਂ ਉਹ ਨਾ-ਵਰਗੇ ਹੋਣ ਜਾਂ ਮਹਾਨ ਜਾਂ ਫਿਰ ਦੋਨਾਂ ਦਾ ਇਕ ਮਿਸ਼ਰਣ। ਤੁਸੀਂ ਹਮੇਸ਼ਾ ਉਸ ਵੱਲ ਝੁਕੋਗੇ, ਜਿਸ ਨਾਲ ਵੀ ਤੁਸੀਂ ਬਹੁਤ ਜ਼ਿਆਦਾ ਪਿਆਰ ਕਰਦੇ ਹੋ। ਇਸੇ ਦੀ ਬਦੌਲਤ ਹੀ ਤੁਹਾਡੇ ਵਿਚਾਰਾਂ ਦੇ ਨਿਆਂਪੂਰਨ ਸਿੱਟੇ ਤੁਹਾਡੇ ਹੱਥਾਂ ਵਿਚ ਰੱਖ ਦਿੱਤੇ ਜਾਣਗੇ। ਯਾਦ ਰੱਖੋ ਤੁਹਾਨੂੰ ਉਹੀ ਪ੍ਰਾਪਤ ਹੋਵੇਗਾ, ਜਿਸ ਦੇ ਤੁਸੀਂ ਜੋਗ ਹੋ, ਨਾ ਹੀ ਉਸ ਤੋਂ ਘੱਟ ਅਤੇ ਨਾ ਹੀ ਉਸ ਤੋਂ ਜ਼ਿਆਦਾ। ਤੁਸੀਂ ਆਪਣੇ ਵਿਚਾਰਾਂ ਤੇ ਸੁਫਨਿਆਂ ਅਨੁਸਾਰ ਹੇਠਾਂ ਡਿੱਗੋਗੇ, ਉੱਥੇ ਹੀ ਰਵੋਗੇ ਜਾਂ ਫਿਰ ਉਤਾਂਹ ਨੂੰ ਉੱਠੋਗੇ। ਤੁਸੀਂ ਆਪਣੀਆਂ ਇੱਛਾਵਾਂ ਜਿੰਨੇ ਤੁੱਛ ਬਣੋਗੇ ਜਾਂ ਆਪਣੀ ਪ੍ਰਬਲ ਤਾਂਘਾਂ ਜਿੰਨੇ ਮਹਾਨ।

ਮਜ਼ਬੂਤ ਲੋਕ ਕਮਜ਼ੋਰ ਲੋਕਾਂ ਦੀ ਮਦਦ ਲਈ ਨਿਸ਼ਚਿਤ ਤੌਰ 'ਤੇ ਅੱਗੇ ਆਉਂਦੇ ਹਨ, ਬਸ਼ਰਤੇ ਕਮਜ਼ੋਰ ਲੋਕ ਵੀ ਮਦਦ ਲੈਣ ਲਈ ਕਦਮ ਅੱਗੇ ਵਧਾਣ।

ਸਟੈਂਟਨ ਕਰਕਹੈਮ ਡੇਵਿਸ ਨੇ ਕਿੰਨੇ ਸੋਹਣੇ ਸ਼ਬਦ ਲਿਖੇ ਹਨ। ਉਹ ਲਿਖਦੇ ਹਨ ਕਿ –

"ਸੰਭਵ ਹੈ ਕਿ ਤੁਸੀਂ ਲਿਖਿਆ ਹੋਇਆ ਮਿਲਾ ਰਹੇ ਹੋ ਅਤੇ ਫਿਰ ਤੁਸੀਂ ਉਸ ਬੂਹੇ ਤੋਂ ਨਿਕਲ ਕੇ ਬਾਹਰ ਆ ਜਾਵੋਗੇ, ਜੋ ਹਮੇਸ਼ਾ ਤੋਂ ਤੁਹਾਨੂੰ ਆਪਣੇ ਸੁਫਨਿਆਂ ਲਈ ਅੜੀਕਾ ਲੱਗਦਾ ਸੀ ਅਤੇ ਤੁਸੀਂ ਆਪਣੇ-ਆਪ ਨੂੰ ਸ਼੍ਰੋਤਿਆਂ ਸਮੂਹਾਂ ਸਾਹਮਣੇ ਪਾਓਗੇ। ਪੇਨ ਹੁਣ ਵੀ ਤੁਹਾਡੇ ਕੰਨਾਂ ਵਿਚ ਫੱਸਿਆ ਹੋਇਆ ਹੈ। ਸਿਆਈ ਦੇ ਛਿੱਟੇ ਤੁਹਾਡੀਆਂ ਉਂਗਲਾਂ 'ਤੇਹਨ ਅਤੇ ਤੁਰੰਤ ਹੀ ਤੁਸੀਂ ਆਪਣੀ ਪ੍ਰੇਰਨਾ ਨੂੰ ਧਾਰਾ ਪ੍ਰਵਾਹ ਰੂਪ ਵਿਚ ਬੋਲਣ ਲੱਗ ਜਾਓਗੇ।" "ਹੋ ਸਕਦਾ ਹੈ ਕਿ ਤੁਸੀਂ ਭੇਡਾਂ ਚਾਰ ਰਹੇ ਹੋਵੋ ਤੇ ਤੁਸੀਂ ਪਿੰਡ ਤੋਂ ਸ਼ਹਿਰ ਵੱਲ ਵੱਧਦੇ ਜਾ ਰਹੇ ਹੋ, ਲੇਕਿਨ ਤੁਸੀਂ ਇਕ ਮਾਸਟਰ ਦੇ ਸਟੂਡੀਓ ਵਿਚ ਆਤਮਾ

ਦੇ ਹਿੰਮਤੀ ਮਾਰਗਦਰਸ਼ਨ ਵਿਚ ਚੱਲੋਗੇ ਅਤੇ ਇਕ ਸਮਾਂ ਅਜਿਹਾ ਆਵੇਗਾ ਜਦੋਂ ਉਹ ਕਹੇਗਾ ਕਿ 'ਹੁਣ ਮੈਨੂੰ ਤੁਹਾਨੂੰ ਕੁੱਝ ਵੀ ਸਿਖਾਉਣਾ ਬਾਕੀ ਨਹੀਂ ਰਹਿ ਗਿਆ ਹੈ।' ਉਦੋਂ ਤੁਸੀਂ ਇਕ ਮਹਾਰਥੀ ਬਣ ਜਾਓਗੇ। ਉਹ ਮਹਾਰਥੀ, ਜਿਸ ਨੇ ਕੁੱਝ ਸਮਾਂ ਪਹਿਲਾਂ ਹੀ ਭੇਡਾਂ ਨੂੰ ਚਾਰਦਿਆਂ ਇਕ ਮਹਾਨ ਸੁਫਨਾ ਦੇਖਿਆ ਸੀ। ਤੁਸੀਂ ਕੁਲਹਾੜੇ ਨੂੰ ਹੇਠਾਂ ਸੁੱਟ ਕੇ ਸੰਸਾਰ ਦੇ ਫਿਰ ਤੋਂ ਉੱਥਾਨ ਦੀ ਜ਼ਿੰਮੇਵਾਰੀ ਲੈ ਲਓਗੇ।"

ਵਿਚਾਰ-ਸ਼ੂੰਨ, ਫਰੇਬੀ, ਅਗਿਆਨੀ, ਆਲਸੀ ਤੇ ਸੁਸਤ ਵਿਅਕਤੀ ਸਿਰਫ਼ ਚੀਜਾਂ ਨੂੰ ਅਸਲੀਅਤ ਵਿਚ ਘੱਟਦੇ ਸਿੱਟਿਆਂ ਨੂੰ ਹੀ ਦੇਖ ਪਾਉਂਦੇ ਹਨ। ਉਹ ਉਸ ਦੇ ਪਿੱਛੇ ਦੀਆਂ ਅਮੂਰਤ ਸਥਿਤੀਆਂ 'ਤੇ ਧਿਆਨ ਹੀ ਨਹੀਂ ਦੇ ਪਾਉਂਦੇ। ਇੰਝ ਇਸ ਲਈ, ਕਿਉਂਕਿ ਉਹ ਘਟਨਾਕ੍ਰਮ ਉਨ੍ਹਾਂ ਨੂੰ ਆਮ ਨਜ਼ਰਾਂ ਤੋਂ ਦਿਖਾਈ ਨਹੀਂ ਦਿੰਦਾ। ਇਹੀ ਕਾਰਣ ਹਨ ਕਿ ਉਹ ਹਮੇਸ਼ਾ ਨਸੀਬ, ਕਿਸਮਤ ਤੇ ਸੰਜੋਗ ਦਾ ਰੋਣਾ ਰੋਂਦੇ ਰਹਿੰਦੇ ਹਨ। ਕਿਸੇ ਵਿਅਕਤੀ ਨੂੰ ਧਨਵਾਨ ਹੁੰਦਿਆਂ ਦੇਖ ਕੇ ਉਹ ਕਹਿੰਦੇ ਹਨ ਕਿ, "ਉਸ ਵਿਅਕਤੀ ਦੀ ਕਿਸਮਤ ਇੰਨੀ ਚੰਗੀ ਹੈ!" ਕਿਸੇ ਨੂੰ ਬੁੱਧੀਮੱਤਾ ਪ੍ਰਾਪਤ ਕਰਦੇ ਦੇਖ ਕੇ ਕਹਿੰਦੇ ਹਨ ਕਿ, "ਉਸ ਵਿਚ ਇਹ ਕਾਬਲੀਅਤ ਤਾਂ ਜਮਾਂਦਰੂ ਹੈ!" ਅਤੇ ਕਿਸੇ ਸੰਤ ਵਰਗੇ ਆਚਰਣ ਤੇ ਉਸਦੇ ਚਾਰੇ ਪਾਸਿਓ ਲੋਕਾਂ ਦਾ ਇਕੱਠ ਤੇ ਉਨ੍ਹਾਂ 'ਤੇ ਪੈਣ ਵਾਲੇ ਦੈਵੀ ਪ੍ਰਭਾਵ ਨੂੰ ਦੇਖ ਕੇ ਕਹਿੰਦੇ ਹਨ ਕਿ, "ਇਹ ਸਿਰਫ਼ ਇਕ ਸੰਜੋਗ ਹੈ, ਜਿਸ ਨੇ ਉਸ ਦੀ ਹਰ ਵਾਰ ਮਦਦ ਕੀਤੀ ਹੈ!" ਠੀਕ ਢੰਗ ਨਾਲ ਜੇ ਕਿਹਾ ਜਾਏ ਤਾਂ ਉਹ ਉਨ੍ਹਾਂ ਕਸ਼ਟਾਂ, ਅਸਫਲਤਾਵਾਂ ਅਤੇ ਸੰਘਰਸ਼ਾਂ ਨੂੰ ਨਹੀਂ ਦੇਖ ਪਾਉਂਦੇ, ਜਿਨ੍ਹਾਂ ਕਰ ਕੇ ਇੰਨਾਂ ਲੋਕਾਂ ਨੇ ਇਹ ਸਫਲਤਾ ਤੇ ਇਹ ਸਿੱਟਾ ਪ੍ਰਾਪਤ ਕੀਤਾ ਹੈ। ਕਹਿਣ ਵਾਲੇ ਵਿਅਕਤੀ ਨੂੰ ਇਸ ਦਾ ਜ਼ਰਾ ਵੀ ਅੰਦਾਜਾਂ ਨਹੀਂ ਹੁੰਦਾ ਕਿ ਇੰਨਾਂ ਸਾਰਿਆਂ ਲਈ ਉਨ੍ਹਾਂ ਨੇ ਕਿੰਨੇ ਤਿਆਗ, ਕਿੰਨੀ ਮਿਹਨਤ ਅਤੇ ਕਿੰਨੀਆਂ ਕੋਸ਼ਿਸ਼ਾਂ ਕੀਤੀਆਂ ਹੋਣੀਆਂ ਹਨ, ਕਿੰਨਾ ਭਰੋਸਾ ਆਪਣੇ-ਆਪ 'ਤੇ ਅਤੇ ਹੋਰਾਂ 'ਤੇ ਰੱਖਿਆ, ਜਿਸ ਕਾਰਨ ਰਾਹ ਵਿਚ ਆਈਆਂ ਵੱਡੀਆਂ ਰੁਕਾਵਟਾਂ ਨੂੰ ਪਾਰ ਕਰ ਕੇ ਆਪਣੇ ਮਨ ਦੇ ਮਹਾਨ ਸੁਫਨੇ ਨੂੰ ਸਾਕਾਰ ਕੀਤਾ। ਪਰ ਇਹ ਦੁਰਭਾਗ ਹੀ ਹੈ ਕਿ ਆਮ ਵਿਅਕਤੀ ਇਸ ਦੇ ਪਿੱਛੇ ਦਾ ਤਿਆਗ ਸਾਰਿਆਂ ਨੂੰ ਦਿਖਾ ਨਹੀਂ ਪਾਉਂਦਾ। ਜਿਸ ਸਫਲਤਾ ਨੂੰ ਉਹ ਆਮ ਨਜ਼ਰਾਂ ਨਾਲ ਦੇਖ ਰਿਹਾ ਹੈ, ਉਸ ਦੇ ਪਿੱਛੇ ਦੇ ਕਸ਼ਟਾਂ ਤੇ ਦੁੱਖਾਂ ਨੂੰ ਨਹੀਂ ਦੇਖ ਪਾਉਂਦਾ। ਉਨ੍ਹਾਂ ਨੂੰ ਤਾਂ ਸਿਰਫ਼ ਚਮਚਮਾਉਂਦੀ ਰੋਸ਼ਨੀ ਤੇ ਖੁਸ਼ੀਆਂ ਹੀ ਦਿਖਾਈ ਦਿੰਦੀਆਂ ਹਨ। ਅਤੇ ਇਸ

ਨੂੰ ਉਹ ਸਫਲ ਵਿਅਕਤੀ ਦੇ "ਨਸੀਬ" ਦਾ ਨਾਂ ਦੇ ਦਿੰਦੇ ਹਨ। ਉਹ ਔਖੀ ਤੇ ਲੰਮੀ ਯਾਤਰਾ ਨੂੰ ਨਹੀਂ ਦੇਖ ਪਾਉਂਦੇ। ਉਹ ਸਿਰਫ਼ ਸੁਖਦ ਸਿੱਟਿਆਂ 'ਤੇ ਪੁੱਜਣ ਨੂੰ ਹੀ ਦੇਖ ਪਾਉਂਦੇ ਹਨ। ਇਸ ਲਈ ਇਸ ਨੂੰ ਉਹ ਆਸਾਨੀ ਨਾਲ "ਖੁਸ਼ਕਿਸਮਤੀ" ਦਾ ਨਾਂ ਦੇ ਦਿੰਦੇ ਹਨ। ਇਹ ਵਿਅਕਤੀ ਵਰਤਮਾਨ ਵਿਚ ਮਿਲੇ ਸਿੱਟਿਆਂ ਦੀ ਪੂਰੀ ਪ੍ਰਕਿਰਿਆ ਨੂੰ ਨਹੀਂ ਦੇਖਦੇ ਅਤੇ ਸੁਹਾਵਣੇ ਟੀਚੇ ਦੀ ਪ੍ਰਾਪਤੀ ਨੂੰ ਕੇਵਲ ਸੰਜੋਗ ਕਹਿੰਦੇ ਰਹਿੰਦੇ ਹਨ।

ਕੇਵਲ ਵਿਚਾਰਾਂ ਨੂੰ ਆਕਾਸ਼ ਦੀਆਂ ਟੀਸੀਆਂ ਤੱਕ ਲੈ ਜਾਉਣ 'ਤੇ ਹੀ ਅਸੀਂ ਟੀਸੀਆਂ ਤੱਕ ਪਹੁੰਚ ਸਕਦੇ ਹਾਂ, ਉਦੋਂ ਅਸੀਂ ਮਨਚਾਹੀਂ ਜਿੱਤ ਨੂੰ ਪ੍ਰਾਪਤ ਅਤੇ ਸਾਰਾ ਕੁੱਝ ਹਾਸਿਲ ਕਰ ਸਕਦੇ ਹਾਂ।

ਮਨੁੱਖ ਦੇ ਸਾਰੇ ਕਾਰਜਾਂ ਵਿਚ ਵਿਚਾਰਾਂ ਦੇ ਬਾਅਦ ਪਹਿਲਾਂ ਜਤਨ ਹੁੰਦੇ ਹਨ ਅਤੇ ਸਭ ਤੋਂ ਅੰਤ ਵਿਚ ਉਸ ਦਾ *ਸਿੱਟਾ*। ਜਤਨਾਂ ਦੀ ਸ਼ਕਤੀਹੀ ਸਿੱਟੇ ਨੂੰ ਨਿਰਧਾਰਿਤ ਕਰਦੀ ਹੈ। ਜਤਨ ਅਤੇ ਸਿੱਟੇ ਦੇ ਵਿਚਕਾਰ ਕਦੇ ਵੀ 'ਸੰਜੋਗ' ਪੈਮਾਨਾ ਨਹੀਂ ਹੋ ਸਕਦਾ। ਕਾਬਲੀਅਤ ਅਤੇ ਸ਼ਕਤੀਆਂ ਜਤਨਾਂ ਦਾ ਹੀ ਸਿੱਟਾ ਹਨ। ਇਸ ਸੰਸਾਰ ਵਿਚ ਸਾਰੇ ਭੌਤਿਕ, ਬੌਧਿਕ ਅਤੇ ਅਧਿਆਤਮਿਕ ਪ੍ਰਾਪਤੀਆਂ ਜਤਨਾਂ ਦੇ ਹੀ ਅੰਤਮ ਰੂਪ ਵਿਚ ਜਨਮੇ ਸਿੱਟੇ ਹਨ। ਪਰਤੱਖ ਤੌਰ 'ਤੇ ਦਿਖ ਰਹੀਆਂ ਕਿਸੇ ਵੀ ਪ੍ਰਕਾਰ ਦੀ ਪ੍ਰਾਪਤੀ ਦਾ ਅਰਥ ਹੈ ਕਿ, "ਉਸ ਵਿਚਾਰ ਨੇ ਹੁਣ ਸੰਪੂਰਨਤਾ ਨੂੰ ਪ੍ਰਾਪਤ ਕਰ ਲਿਆ ਹੈ।" ਜਿਸ ਉੱਦੇਸ਼ ਦੀ ਪ੍ਰਾਪਤੀ ਹੋਈ ਹੈ ਦਰਅਸਲ, ਉਹ ਉਸ ਸੁਫਨੇ ਰੂਪੀ ਬੀਜ ਤੋਂ ਹੀ ਸਾਕਾਰ ਹੋਇਆ ਹੈ।

ਅਸੀਂ ਭਾਵੇਂ ਚੰਗੇ ਵਿਚਾਰਾਂ ਨੂੰ ਚੁਣਿਆ ਹੋਵੇ ਜਾਂ ਬੁਰੇ ਵਿਚਾਰਾਂ ਨੂੰ; ਅਸੀਂ ਹਰ ਸਥਿਤੀ ਵਿਚ ਉਹਨਾਂ ਹੀ ਸੀਮਾਵਾਂ ਅੰਦਰ ਬੰਨ੍ਹੇ ਹੋਏ ਹੁੰਦੇ ਹਾਂ।

ਜਿਸ ਵਕਤ ਤੁਸੀਂ ਆਪਣੇ ਮਨ ਵਿਚ ਇਕ ਸੁਫਨਾ ਦੇਖਦੇ ਹੋ ਅਤੇ ਉਸ ਦੀ ਪਾਲਨਾ ਕਰਦਿਆਂ ਮਹਾਨ ਬਣਾਉਂਦੇ ਹੋ, ਉਸੇ ਵਕਤ ਤੋਂ ਤੁਸੀਂ ਜੀਵਨ ਨੂੰ ਆਪਣੇ ਅਨੁਰੂਪ ਬਣਾਉਣਾ ਸ਼ੁਰੂ ਕਰ ਦਿੰਦੇ ਹੋ। ਇਸ ਵਿਚਾਰ ਨੂੰ ਜਦੋਂ ਤੁਸੀਂ ਆਪਣੇ ਦਿਲ ਦੇ ਸਿੰਘਾਸਨ 'ਤੇ ਬਿਰਾਜਮਾਨ ਕਰਦੇ ਹੋ, ਉਸੇ ਸਮੇਂ ਤੋਂ ਉਹ ਹੋਣਾ ਸ਼ੁਰੂ ਹੋ ਜਾਂਦਾ ਹੈ, ਜੋ ਤੁਸੀਂ ਹੋਣਾ ਚਾਹੁੰਦੇ ਹੋ ਅਤੇ ਜੀਵਨ ਨੂੰ ਉਸੇ ਦੇ ਅਨੁਸਾਰ ਢਾਲ ਲੈਂਦੇ ਹੋ।

7

ਸ਼ਾਂਤੀ

ਮਨ ਦੀ ਸ਼ਾਂਤੀ ਬੁੱਧੀਮਾਨ ਵਿਅਕਤੀ ਦੀ ਬੁੱਧੀਮੱਤਾ ਦਾ ਇਕ ਸੁੰਦਰ ਗਹਿਣਾ ਹੈ। ਬੁੱਧੀਮੱਤਾ ਲਗਾਤਾਰ ਸਬਰ ਅਤੇ ਲੰਮੇ ਸਮੇਂ ਤੱਕ ਕੀਤੇ ਗਏ ਆਤਮ-ਨਿਯੰਤਰਣ ਦੀਆਂ ਕੋਸ਼ਿਸ਼ਾਂ ਦਾ ਸਿੱਟਾ ਹੁੰਦੀ ਹੈ। ਮਨ ਦੀ ਸ਼ਾਂਤੀ ਪਰਿਪੱਕ ਵਿਅਕਤੀ ਦੇ ਅਨੁਭਵ ਦੀ ਨਿਸ਼ਾਨੀ ਹੈ। ਇਸ ਨਾਲ ਇਹ ਸਪੱਸ਼ਟ ਹੋ ਜਾਂਦਾ ਹੈ ਕਿ ਉਹ ਵਿਅਕਤੀ ਦੂਜਿਆਂ ਦੇ ਮੁਕਾਬਲੇ ਨਿਜਮਾਂ ਅਤੇ ਵਿਚਾਰਾਂਦੀਆਂ ਪ੍ਰਕਿਰਿਆਵਾਂ ਵਿਚ ਜ਼ਿਆਦਾ ਸਮਝਦਾਰੀ ਅਤੇ ਗਿਆਨ ਰੱਖਦਾ ਹੈ।

ਮਨੁੱਖ ਦੀ ਸ਼ਾਂਤ ਰਹਿਣ ਦੀ ਇਕ ਸੀਮਾ ਹੈ। ਕੋਈ ਵੀ ਮਨੁੱਖ ਉਸ ਸੀਮਾ ਰੇਖਾ ਤੱਕ ਹੀ ਸ਼ਾਂਤ ਰਹਿੰਦਾ, ਜਿੱਥੋਂ ਤਾਂਈ ਉਹ ਮੰਨਦਾ ਹੈ ਕਿ ਇਹ ਉਸਦੇ ਜੀਵਨ ਦੇ ਵਿਚਾਰਾਂ ਦਾ ਸਿੱਟਾ ਹੈ। ਜਿੱਥੇ ਮਨੁੱਖ ਨੂੰ ਇਹ ਸਮਝਣ ਦੀ ਬੜੀ ਲੋੜ ਹੈ ਕਿ ਉਸਦੇ ਸਾਹਮਣੇ ਪ੍ਰਗਟ ਹੋ ਰਹੀਆਂ ਦੂਜਿਆਂ ਦੀ ਪਰੀਸਥਿਤੀਆਂ ਅਤੇ ਉਨ੍ਹਾਂ ਦੇ ਵਿਅਕਤੀਤਵ ਵੀ, ਉੱਸੇ ਦੇ ਉਤਪੰਨ ਵਿਚਾਰਾਂ ਦਾ ਹੀ ਸਿੱਟਾ ਹੈ। ਉਹ ਮਨੁੱਖ ਜਿਸ ਵਿਚ ਇਹ ਦੇਖਣ ਦੀ ਅੰਤਰਦ੍ਰਿਸ਼ਟੀ ਨਿਰਮਿਤ ਹੋ ਜਾਂਦੀ ਹੈ, ਤਾਂ ਇਸੇ ਸਮਝ ਦੀ ਬਦੌਲਤ ਉਹ ਕਾਰਣ ਅਤੇ ਸਿੱਟਾ ਸਪੱਸ਼ਟ ਤਰੀਕੇ ਨਾਲ ਦੇਖਣ ਲੱਗਦਾ ਹੈ। ਇਸ ਤੋਂ ਬਾਅਦ ਉਹ ਕਿਸੇ ਕਾਰਣ ਜਾਂ ਸਥਿਤੀ ਅੰਦਰ ਵਿਚਲਤ ਨਹੀਂ ਹੁੰਦਾ। ਉਸ ਦੇ ਮਨ ਵਿਚ ਉਤਾਵਲਾਪਨ ਹਿਲੋਰੇ ਨਹੀਂ

ਲੈਂਦਾ। ਉਹ ਚਿੰਤਤ ਵੀ ਨਹੀਂ ਅਤੇ ਨਾ ਹੀ ਦੁੱਖੀ ਹੁੰਦਾ ਹੈ। ਉਹ ਹਰ ਸਥਿਤੀ, ਪਰੀਸਥਿਤੀ ਵਿਚ ਸੰਤੁਲਨ ਅਤੇ ਸ਼ਾਂਤੀ ਬਣਾਈ ਰੱਖਦਾ ਹੈ।

ਸ਼ਾਂਤੀ ਨੂੰ ਧਾਰਣ ਕਰਨ ਵਾਲਾ ਇਸ ਕਲਾ ਨੂੰ ਸਿੱਖ ਲੈਂਦਾ ਹੈ ਕਿ ਉਸ ਨੂੰ ਆਪਣੇ-ਆਪ 'ਤੇ ਕਿਵੇਂ ਰਾਜ ਕਰਨਾ ਹੈ। ਨਾਲ ਹੀ ਉਹ ਇਹ ਵੀ ਸਿੱਖ ਲੈਂਦਾ ਹੈ ਕਿ ਉਸ ਨੂੰ ਦੂਜਿਆਂ ਪ੍ਰਤੀ ਕਿਵੇਂ ਆਪਣੇ-ਆਪ ਨੂੰ ਢਾਲਣਾ ਹੈ। ਇਸ ਤੋਂ ਬਾਅਦ ਉਸ ਨੂੰ ਦੇਖਣ ਵਾਲੇ ਲੋਕ ਉਸ ਦੀ ਅਧਿਆਤਮਿਕ ਸ਼ਕਤੀ ਦੇ ਦੀਵਾਨੇ ਹੋ ਜਾਂਦੇ ਹਨ। ਉਹ ਸਾਰੇ ਆਪਣੇ-ਆਪ 'ਚ ਮਹਿਸੂਸ ਕਰਦੇ ਹਨ ਕਿ ਉਹ ਇਸ ਸ਼ਾਂਤ ਚਿੱਤ ਵਿਅਕਤੀ ਤੋਂ ਸਿੱਖ ਰਹੇ ਹਨ ਅਤੇ ਉਨ੍ਹਾਂ ਦਾ ਭਰੋਸਾ ਉਸ ਵਿਅਕਤੀ 'ਤੇ ਹੌਲੀ-ਹੌਲੀ ਵੱਧਦਾ ਜਾਂਦਾ ਹੈ। ਮਨੁੱਖ ਜਿੰਨਾ ਜ਼ਿਆਦਾ ਸ਼ਾਂਤ ਹੁੰਦਾ ਹੈ, ਉਸਦੀ ਮਾਨਤਾ, ਸਫਲਤਾ ਤੇ ਦੂਜਿਆਂ 'ਤੇ ਉਸਦਾ ਪ੍ਰਭਾਵ ਉੰਨਾ ਹੀ ਜ਼ਿਆਦਾ ਵੱਧਦਾ ਜਾਂਦਾ ਹੈ। ਸਧਾਰਨ ਵਪਾਰੀ ਵੀ ਜੇਕਰ ਆਤਮ-ਨਿਯੰਤਰਣ ਅਤੇ ਮਾਨਸਿਕ ਸ਼ਾਂਤੀ ਨੂੰ ਵਿਕਸਤ ਕਰ ਲਏ ਤਾਂ ਉਸਦਾ ਵਪਾਰ ਵੀ ਬਹੁਤ ਸਮਰਿਧ ਹੋ ਜਾਵੇਗਾ। ਇੰਝ ਇਸ ਲਈ ਕਿਉਂਕਿ ਹੋਰ ਲੋਕ ਵੀ ਹਮੇਸ਼ਾ ਉਸੇ ਵਿਅਕਤੀ ਨਾਲ ਵਪਾਰ ਕਰਨਾ ਪਸੰਦ ਕਰਦੇ ਹਨ, ਜਿਨ੍ਹਾਂ ਦਾ ਆਚਰਣ ਨਿਰਪੱਖ ਹੋਵੇ ਅਤੇ ਵਿਵਹਾਰ ਦੋਸਤਾਨਾ। ਸ਼ਾਂਤ ਚਿੱਤ ਵਿਅਕਤੀ ਵਿਚ ਉਭਰ ਕੇ ਇਹੀ ਖੂਬੀਆਂ ਹੁੰਦੀ ਹੈ।

ਸੁਖਮ ਸਾਵਧਾਨੀ ਰਾਹੀਂ ਹੀ ਅਸੀਂ ਆਪਣੇ ਜੀਵਨ
ਵਿਚ ਚੰਗੇ ਵਿਚਾਰਾਂ ਨਾਲ ਪ੍ਰਾਪਤ ਸਫਲਤਾਵਾਂ ਨੂੰ
ਨਿਰੰਤਰ ਬਣਾਈ ਰੱਖ ਸਕਦੇ ਹਾਂ।

ਕੋਈ ਵੀ ਵਿਅਕਤੀ ਕਿਉਂ ਨਾ ਹੋਵੇ, ਉਹ ਸ਼ਾਂਤ ਤੇ ਨਿਰਪੱਖ ਵਿਅਕਤੀ ਨਾਲ ਪਿਆਰ ਕਰਦਾ ਹੀ ਹੈ। ਸਾਰੇ ਉਸ ਦਾ ਆਦਰ ਅਤੇ ਸਨਮਾਨ ਕਰਦੇ ਹਨ। ਉਸਦੀ ਹਾਜ਼ਰੀ ਮਾਰੂਥੱਲ ਅੰਦਰ ਸੰਘਣੀ ਛਾਂ ਦੇਣ ਵਾਲੇ ਦਰਖਤ ਵਾਂਗ ਹੁੰਦੀ ਹੈ। ਉਹ ਤੂਫਾਨ 'ਚ ਸਹਾਰਾ ਦੇਣ ਵਾਲਾ ਮਜ਼ਬੂਤ ਅਤੇ ਅਡੋਲ ਚੱਟਾਨ

ਵਰਗਾ ਹੁੰਦਾ ਹੈ। "ਸ਼ਾਂਤ ਮਨ ਦੇ ਵਿਅਕਤੀ ਤੋਂ ਭਲਾ ਕਿਸ ਨੂੰ ਪਿਆਰ ਨਹੀਂ ਹੋਵੇਗਾ? ਜਿਸ ਵਿਅਕਤੀ ਦਾ ਜੀਵਨ ਸੰਤੁਲਿਤ ਹੋਵੇ, ਉਸ ਨੂੰ ਭਲਾ ਕੌਣ ਨਹੀਂ ਚਾਹਵੇਗਾ? ਇਸ ਨਾਲ ਕੋਈ ਫ਼ਰਕ ਨਹੀਂ ਪੈਂਦਾ ਕਿ ਮੀਂਹ ਪੈ ਰਿਹਾ ਹੋਵੇ ਜਾਂ ਧੁੱਪ, ਇਸ ਨਾਲ ਵੀ ਕੋਈ ਫ਼ਰਕ ਨਹੀਂ ਪੈਂਦਾ ਕਿ ਅਜਿਹੇ ਲੋਕਾਂ ਦੇ ਜੀਵਨ ਵਿਚ ਕਿਹੋ ਜਿਹੀ ਪਰੀਸਥਿਤੀਆਂ ਆਉਂਦੀਆ ਹਨ। ਪਰੀਸਥਿਤੀਆਂ ਭਾਵੇਂ ਜਿਵੇਂ ਦੀਆਂ ਹੋਣ, ਉਹ ਹਮੇਸ਼ਾ ਹੀ ਸ਼ਾਂਤ ਰਹਿੰਦੇ ਹਨ। ਚਰਿੱਤਰਿਕ ਤੌਰ 'ਤੇ ਨਿਰਪੱਖ ਤੇ ਸੰਤੁਲਿਤ, ਜਿਸ ਨੂੰ ਅਸੀਂ ਸ਼ਾਂਤੀ ਕਹਿੰਦੇ ਹਾਂ, ਸੁਸਭਿਅਕ ਵਿਅਕਤੀ ਦਾ ਅੰਤਮ ਸਬਕ ਜਾਂ ਪਾਠ ਹੈ। ਇਹੀ ਜੀਵਨ ਦਾ ਫੁੱਲ ਹੈ ਅਤੇ ਆਤਮਾ ਦਾ ਫ਼ਲ। ਇਹ ਸੋਨੇ ਤੋਂ ਵੀ ਜ਼ਿਆਦਾ ਕੀਮਤੀ ਹੈ ਅਤੇ ਬੁੱਧੀਮਾਨੀ ਤੋਂ ਜ਼ਿਆਦਾ ਚਾਹੁਣ ਜੋਗ ਹੈ। ਇਹੋ ਜਿਹੇ ਵਿਅਕਤੀ ਲਈ ਸ਼ਾਂਤੀ ਨਾਲ ਭਰਿਆ ਜੀਵਨ ਦੇ ਮੁਕਾਬਲੇ ਸਿਰਫ਼ ਅਤੇ ਸਿਰਫ਼ ਸਮਰਿੱਧੀ ਜਾਂ ਖ਼ੁਸ਼ਹਾਲੀ ਦੀ ਇੱਛਾ ਮਹੱਤਵਹੀਣ ਹੋ ਜਾਂਦੀ ਹੈ। ਅਜਿਹੇ ਸ਼ਾਂਤੀ ਨੂੰ ਪਿਆਰ ਕਰਨ ਵਾਲੇ ਵਿਅਕਤੀ ਦਾ ਜੀਵਨ ਸੱਚਾਈ ਦੇ ਸਮੁੰਦਰ ਦੀ ਡੂੰਘਿਆਈ ਤਕ ਕੇਵਲ ਸ਼ਾਂਤੀ ਦਾ ਹੀ ਵਾਸਾ ਹੁੰਦਾ ਹੈ, ਜਿਸ ਨੂੰ ਤੂਫ਼ਾਨ ਵੀ ਸਪਰਸ਼ ਨਹੀਂ ਕਰ ਸਕਦਾ।

ਮਨੁੱਖ ਦੇ ਜੀਵਨ ਵਿਚ ਉੱਚਾਈ 'ਤੇ ਪਹੁੰਚਣ ਤੋਂ ਜ਼ਿਆਦਾ ਪਰੇਸ਼ਾਨੀ ਉਸ ਉੱਚਾਈ 'ਤੇ ਬਣੇ ਰਹਿਣਾ ਹੁੰਦਾ ਹੈ।

ਅਸੀਂ ਅਜਿਹੇ ਕਿੰਨੇ ਹੀ ਵਿਅਕਤੀਆਂ ਨੂੰ ਜਾਣਦੇ ਹਾਂ, ਜੋ ਆਪਣੇ ਗ਼ੁੱਸੇ ਅਤੇ ਵਿਗੜੇ ਹੋਏ ਸੁਭਾਅ ਕਾਰਨ ਆਪਣੇ ਜੀਵਨ ਦੇ ਸੁਆਦ ਨੂੰ ਬੇਸੁਆਦੀ ਵਿਚ ਬਦਲ ਲੈਂਦੇ ਹਨ। ਉਹ ਆਪਣੀ ਚਰਿੱਤਰਿਕ ਨਿਰਪੱਖਤਾ ਨੂੰ ਖ਼ਤਮ ਕਰ ਦਿੰਦੇ ਹਨ ਅਤੇ ਬਿਨਾਂ ਕਾਰਨ ਹੀ ਲੋਕਾਂ ਕੋਲੋਂ ਦੁਸ਼ਮਨੀ ਮੁੱਲ ਲੈ ਲੈਂਦੇ ਹਨ। ਜ਼ਿਆਦਾਤਰ ਵਿਅਕਤੀ ਸਿਰਫ਼ ਆਪਣੇ-ਆਪ 'ਤੇ ਨਿਯੰਤਰਣ ਨਹੀਂ ਰੱਖ ਪਾਉਣ ਦੀ ਵਜ੍ਹਾ ਨਾਲ ਆਪਣੇ ਹੀ ਖ਼ੁਸ਼ਹਾਲ ਜੀਵਨ ਨੂੰ ਬਰਬਾਦ ਕਰ ਲੈਂਦੇ ਹਨ ਅਤੇ ਪਹਿਲਾਂ ਤੋਂ ਪ੍ਰਾਪਤ ਖੁਸ਼ੀਆਂ ਨੂੰ ਵੀ ਸੁਆਹ ਕਰ ਦਿੰਦੇ ਹਨ। ਆਪਣੀ

ਜੀਵਨ ਯਾਤਰਾ ਦੌਰਾਨ ਬਹੁਤ ਘੱਟ ਅਜਿਹੇ ਲੋਕਾਂ ਨਾਲ ਮਿਲ ਪਾਉਂਦੇ ਹਨ, ਜਿਨ੍ਹਾਂ ਨੇ ਉਸ ਸ਼ਾਂਤੀ ਨੂੰ ਪ੍ਰਾਪਤ ਕੀਤਾ ਹੋਵੇ ਅਤੇ ਉਹ ਚਰਿੱਤਰਿਕ ਤੌਰ 'ਤੇ ਨਿਰਪੱਖ ਹੋਣ।

ਇਸ ਸੰਸਾਰ ਦੇ ਮਸੀਹਾ ਉਹੀ ਲੋਕ ਹਨ,
ਜੋ ਸੁਫਨੇ ਦੇਖਦੇ ਹਨ।

ਮਨੁੱਖ ਅਨਿਯੰਤਰਿਤ ਭਾਵਾਂ ਦੇ ਵੇਗ ਨਾਲ ਦੌੜ ਲਾਉਂਦਾ ਰਹਿੰਦਾ ਹੈ। ਅਨਿਯੰਤਰਿਤ ਚਿੰਤਾਵਾਂ ਤੇ ਦੁੱਖਾਂ ਦੀਆਂ ਚਪੇੜਾ ਖਾਂਦਾ ਰਹਿੰਦਾ ਹੈ ਅਤੇ ਜਾਣੇ ਕਿੰਨੀਆਂ ਹੀ ਬੇਫਿਜ਼ੂਲ ਗੱਲਾਂ ਅਤੇ ਸ਼ੰਕਾਵਾਂ ਨੂੰ ਲੈ ਕੇ ਮਿੱਟੀ ਵਿਚ ਮਿਲ ਜਾਂਦਾ ਹੈ। ਇਕ ਨਿਪੁੰਨ ਵਿਅਕਤੀ ਹੀ ਇਸ 'ਤੇ ਕਾਬੂ ਰੱਖ ਪਾਉਂਦਾ ਹੈ ਅਤੇ ਨਿਯੰਤਰਿਤ ਤੇ ਸ਼ੁੱਧ ਵਿਚਾਰਾਂ ਨਾਲ ਆਤਮਾ ਵਿਚ ਉੱਠੇ ਤੂਫਾਨ ਤੇ ਘਨਘੋਰ ਹੰਨ੍ਹੇਰੇ ਦੇ ਵਿਚਕਾਰ ਮੰਥਨ ਕਰਦਾ ਹੈ।

ਲਗਾਤਾਰ ਆਪਣੀਆਂ ਕਲਪਨਾਵਾਂ ਦੀ ਪਾਲਨਾ ਕਰੋ,
ਉਨ੍ਹਾਂ ਨੂੰ ਆਕਾਰ ਦੇਣ ਲਈ ਉਨ੍ਹਾਂ ਦੀ ਪਾਲਨਾ ਕਰੋ।

ਉਹ ਵਿਪਰੀਤ ਤੋਂ ਵਿਪਰੀਤ ਪਰੀਸਥਿਤੀ ਵਿਚ ਆਪਣੇ ਅੰਦਰਲੇ ਆਦੇਸ਼ ਦੀ ਪਾਲਨਾ ਵੀ ਕਰ ਸਕਦਾ ਹੈ। ਤੁਸੀਂ ਇਸ ਗੱਲ ਨੂੰ ਸਪੱਸ਼ਟ ਤੌਰ 'ਤੇ ਜਾਣ ਲਓ, ਤੁਸੀਂ ਜਿੱਥੇ ਕਿੱਥੇ ਵੀ ਰਹਿੰਦੇ ਹੋਵੇ, ਤੁਸੀਂ ਜਿਸ ਵੀ ਅਵਸਥਾ-ਪਰੀਸਥਿਤੀਆਂ ਵਿਚ ਹੋਵੇ, ਜੀਵਨ ਦੇ ਅਨੰਤ ਸਮੁੰਦਰ 'ਚ ਹਰ ਜਗ੍ਹਾਂ ਖੁਸ਼ੀਆਂ ਦੇ ਹੱਸਦੇ-ਮੁਸਕਰਾਉਂਦੇ ਟਾਪੂ 'ਤੇ ਮੌਜੂਦ ਹੋ। ਆਪਣੇ ਅੰਦਰ ਹਿਲੋਰੇ ਲੈ ਰਹੇ ਮਹਾਨ

ਸੁਫਨਿਆਂ ਨੂੰ ਸੁੱਖਦ ਕਿਨਾਰਾ ਦੇਣ ਲਈ ਇਹ ਟਾਪੂ ਤੁਹਾਡੀ ਰਾਹ ਉਡੀਕ ਰਿਹਾ ਹੈ। ਆਪਣੇ ਵਿਚਾਰਾਂ ਦੀ ਡੋਰ ਨੂੰ ਮਜ਼ਬੂਤੀ ਨਾਲ ਫੜ ਲਓ। ਆਦੇਸ਼ ਦੇਣ ਵਾਲਾ ਮਾਲਕ ਤੁਹਾਡੀ ਆਤਮਾ ਦੇ ਕੇਂਦਰ ਵਿਚ ਮੌਜੂਦ ਹੈ। ਉਹ ਕੇਵਲ ਤੇ ਕੇਵਲ ਆਸ਼ਿੰਕ ਨਿੰਦਰ ਵਿਚ ਹੈ, ਉਸ ਨੂੰ ਜਗਾ ਦਿਓ। ਆਤਮ-ਨਿਯੰਤਰਣ ਹੀ ਤੁਹਾਡੀ ਸ਼ਕਤੀ ਹੈ। ਆਪਣੇ ਹਿਰਦੇ ਨੂੰ ਕਹੋ ਕਿ ਸ਼ਾਂਤ ਹੋ ਜਾਓ, ਆਪਣੇ ਮਸਤਿਸ਼ਕ ਨੂੰ ਕਹੋ ਕਿ ਵਧੀਆ ਤੇ ਸੁੱਖਦ ਵਿਚਾਰਾਂ ਨੂੰ ਪ੍ਰਗਟ ਕਰੋ, ਸਹੀ ਤਰ੍ਹਾਂ ਅਤੇ ਸਕਾਰਾਤਮਕ ਸੋਚੋ, ਚੰਗੇ ਵਿਚਾਰਾਂ ਨੂੰ ਆਪਣੇ-ਆਪ ਦੇ ਅੰਦਰ ਮੁਕਤ ਤੌਰ 'ਤੇ ਦਾਖ਼ਲ ਹੋਣ ਦਿਓ।

ਯਕੀਨ ਜਾਣੋ; ਪੂਰੀ ਸ਼ਿਦੱਤ ਨਾਲ ਮੰਗੋ ਅਤੇ ਤੁਹਾਨੂੰ
ਉਹ ਮਿਲ ਜਾਵੇਗਾ।

ਵੱਡੇ ਸੁਫ਼ਨੇ ਦੇਖੋ, ਜਿਵੇਂ ਤੁਸੀਂ ਸੁਫ਼ਨੇ ਦੇਖੋਗੇ,
ਉਂਵ ਦੇ ਹੀ ਬਣ ਜਾਵੋਗੇ।

ਸੁਫ਼ਨਾ ਹੀ ਅਸਲੀਅਤ ਦੇ ਬੀਜ ਹਨ।

ਯਤਨ ਹੀ ਸਿੱਟੇ ਵੱਲ ਲੈ ਜਾਂਦੇ ਹਨ।

ਜੇਮਸ ਐਲਨ

ਜੇਮਸ ਐਲਨ ਦਾ ਜਨਮ ਇੰਗਲੈਂਡ ਦੇ ਲੀ-ਸੈਸਟਰ ਵਿਖੇ 28 ਨਵੰਬਰ, 1864 ਨੂੰ ਹੋਇਆ ਸੀ। ਉਹ ਇਕ ਮੰਨੇ-ਪਰਮੰਨੇ ਵਿਚਾਰਕ, ਦਾਰਸ਼ਨਿਕ/ ਫਿਲੋਸਫ਼ਰ ਅਤੇ ਕਵੀ ਸਨ। ਉਨ੍ਹਾਂ ਦੀਆਂ ਕਵੀਤਾਵਾਂ ਅਤੇ ਰਚਨਾਵਾਂ ਅੱਜ ਵੀ ਪ੍ਰੇਰਣਾ ਦੇ ਸ੍ਰੋਤ ਹਨ। ਆਪਣੇ ਕ੍ਰਾਂਤੀਕਾਰੀ ਵਿਚਾਰਾਂ ਕਾਰਨ ਉਹ ਸਵੈ-ਸਹਾਇਤਾ ਅੰਦੋਲਨ ਦੇ ਮੋਹਰੀ ਵੀ ਰਹੇ ਹਨ।

ਇਨ੍ਹਾਂ ਦੀਆਂ ਰਚਨਾਵਾਂ ਅਧਿਆਤਮਿਕ ਪੱਧਰ 'ਤੇ ਪ੍ਰੇਰਣਾਦਾਇਕ ਅਤੇ ਜੀਵਨ ਸੱਤਰ ਨੂੰ ਉੱਪਰ ਚੁੱਕਣ ਵਾਲੀਆਂ ਮੰਨੀਆਂ ਜਾਂਦੀਆਂ ਹਨ। 'ਐਸ ਏ ਮੈਨ ਥਿੰਨਕਥ' ਇਨ੍ਹਾਂ ਦੀ ਦੂਜੀ ਕਿਤਾਬ ਹੈ, ਪਰ ਇਹ ਸੰਸਾਰ ਅੰਦਰ ਮਸ਼ਹੂਰੀ ਪ੍ਰਾਪਤ ਕਰਨ ਵਾਲੀਆਂ ਕਿਤਾਬਾਂ ਵਿਚੋਂ ਸਭ ਤੋਂ ਵਧੀਆ ਹੈ। ਇਕ ਆਮ ਪਾਠਕ ਦੇ ਨਾਲ ਹੀ ਇਹ ਕਿਤਾਬ ਉਨ੍ਹਾਂ ਲਿਖਾਰੀਆਂ ਲਈ ਵੀ ਬੜੀ ਹੀ ਮਹੱਤਵਪੂਰਨ ਹੈ, ਜੋ ਮਨੁੱਖਾਂ ਜੀਵਨ ਨੂੰ ਅਧਿਆਤਮਿਕ ਅਤੇ ਆਤਮ-ਨਿਰਭਰ ਬਣਾਉਣ ਲਈ ਕਿਤਾਬਾਂ ਦੀ ਰਚਨਾ ਕਰਦੇ ਹਨ। ਇਨ੍ਹਾਂ ਨੇ ਇਹੋ ਜਿਹੀਆਂ ਅਨੇਕਾਂ ਹੀ ਕਿਤਾਬਾਂ ਲਿਖਿਆ ਹਨ, ਜਿਨ੍ਹਾਂ ਦਾ ਸੰਬੰਧ 'ਵਿਚਾਰਾਂ ਦੀ ਸ਼ਕਤੀ' ਨਾਲ ਹੈ। ਇਨ੍ਹਾਂ ਵਿਚ ਸ਼ਾਮਿਲ ਹਨ: ਠਹਏ ਫਉਠਹ ਟੋ ਫਰੋਸਪਏਰਿਟਿ, ਓਗਿਹਟ ਫਲਿਲਓਿਰਸ ਡ ਫਰੋਸਪਏਰਿਟਿ ਅਤੇ ਭੋਕ ਡ ਏਦਟਿਓਟੌਨਿਸ: ਫੋਰ ਓਵਿਏਰੇ ਧਓ ਡ ਟਹਏ ਏਓਰ .

ਜੇਮਸ ਐਲਨ ਦੀਆਂ ਕਿਤਾਬਾਂ ਸਿਖਾਉਂਦੀਆਂ ਹਨ ਕਿ ਨਿਜੀ ਸਮਰੱਥਾਵਾਂ ਨੂੰ ਵਧਾਉਣ ਲਈ ਵਿਚਾਰਾਂ ਦੀ ਸ਼ਕਤੀ ਨੂੰ ਕਿਵੇਂ ਵਰਤੀਏ? ਉਹ ਕਦੇ ਵੀ ਸ਼ੋਹਰਤ ਅਤੇ ਪੈਸਿਆਂ ਪਿੱਛੇ ਨਹੀਂ ਦੌੜੇ। ਉਹ 24 ਜਨਵਰੀ, 1912 ਈ. ਨੂੰ ਇਸ ਫ਼ਾਨੀ ਦੁਨੀਆ ਤੋਂ ਕੂਚ ਕਰ ਗਏ, ਪਰ, ਨਵੇਂ ਵਿਚਾਰਾਂ ਦੇ ਅੰਦੋਲਨ ਦੇ ਮੋਹਰੀ ਹੋਣ ਕਾਰਨ ਉਨ੍ਹਾਂ ਦਾ ਕੰਮ ਸਾਰੀ ਦੁਨੀਆ ਵਿਚ ਲੋਕਾਂ ਨੂੰ ਪ੍ਰਭਾਵਿਤ ਕਰਦਾ ਰਿਹਾ, ਜੋ ਅੱਜ ਵੀ ਉਨ੍ਹਾ ਵਲੋਂ ਲਿਖੀਆਂ ਗਈਆਂ ਕਿਤਾਬਾਂ, ਰਚਨਾਵਾਂ ਰਾਹੀਂ ਜਾਰੀ ਹੈ।